சென்னையின் மறுபக்கம்

நிஜங்களின் தரிசனம்...

அ.பாக்கியம்

பாரதி
புத்தகாலயம்

CHENNAIYIN MARUPAKKAM (in Tamil)

A. Bakkiam

First Published: January, 2022

Published by

BHARATHI PUTHAKALAYAM

7, Elango Salai, Teynampet, Chennai - 600 018

Email: bharathiputhakalayam@gmail.com / www.thamizhbooks.com

சென்னையின் மறுபக்கம்

அ.பாக்கியம்

முதல் பதிப்பு: ஜனவரி, 2022

வெளியீடு:

பாரதி புத்தகாலயம்

7, இளங்கோ சாலை, தேனாம்பேட்டை, சென்னை - 600 018

தொலைபேசி : 044-24332424, 24330024 | விற்பனை: 24332924

விற்பனை நிலையங்கள்

மதுரை: *37A, பெரியார் பேருந்து நிலையம் - 045 22324674*
ஈரோடு: *39: 39 ஸ்டேட் பாங்க் சாலை - 9245448353*
திண்டுக்கல்: *பேருந்து நிலையம் - 9942331105, 9976053719*
பழனி: *பேருந்து நிலையம் அருகில் - 9442883696*
திருப்பூர்: *447, அவினாசி சாலை - 9486105018*
சேலம்: *பாலம் 35, அத்வைத ஆஸ்ரமம் சாலை 0427 2335952*
திருவல்லிக்கேணி: *48, தேரடி தெரு - 9444428358*
வடபழனி: *பேருந்து நிலையம் எதிரில் அடையார் ஆனந்தபவன் மாடியில் - 9444476967*
பெரம்பூர்: *52, கூக்ஸ் ரோடு - 9444373716*
திருவாரூர்: *35, நேதாஜி சாலை - 9442540543*
சேலம்: *15, வித்யாலயா சாலை சாலை*
திருநெல்வேலி: *25கி, ராஜேந்திரநகர் - 9442149981*
மதுரை: *சர்வோதயா மெயின்ரோடு*
குன்னூர்: N.K.N வணிக வளாகம் பெட்போர்ட்
செங்கல்பட்டு: *1 D ஜி.எஸ்.டி சாலை - 044 27426964*
விருதுநகர்: *131, கச்சேரி சாலை - 0456 2245300*
கும்பகோணம்: *352, ரயில் நிலையம் எதிரில் - 9443995061*
வேலூர்: *பேஸ் III, சத்துவாச்சாரி - 9442553893*
நெய்வேலி: *பேருந்து நிலையம் அருகில், - 9443659147*
தஞ்சாவூர்: *காந்திஜி வணிக வளாகம் காந்திஜி சாலை - 9655542400*
கோவை: *77, மசக்காளிபாளையம் ரோடு, பீளமேடு - 8903707294*
திருச்சி: *வெண்மணி இல்லம், கரூர் புறவழிச்சாலை - 9994289492*
திருவண்ணாமலை: *முத்தம்மாள் நகர்* | ***நாகர்கோவில்:*** *699 கே.பி.ரோடு R.A.புரம் - 9443450111*
சிதம்பரம்: *22A / 18B தேரடி கடைத் தெரு, கீழவீதி அருகில் - 9994399347*
கரூர்: *நாரத கானசபா அருகில் (TNGEA OFFICE) - 9442706676*
காரைக்குடி : *12, 2 வது தெரு, கம்பன் மணிமண்டபம் பின்புறம் - 9443406150*
பாண்டிச்சேரி : *கிழக்-கு கடற்கரைச்சாலை, இலாசுப்பேட்டை, 9486102777*
அருப்புக்கோட்டை: *கதவுஎண் 49 A/4 மெயின் ரோடு, தெற்கு தெரு - 9994173551*

நினைத்த நூல்கள்... நினைத்த நேரத்தில்... BharathiTV | www.bookday.in

thamizhbooks.com 9498062424

அச்சு : பிரிண்டெக், சென்னை - 600 005.

படிக்க மட்டுமல்ல... போராடவும்...

இந்தியாவின் முதல் நகராட்சி சென்னை நகராட்சிதான். சென்னை- இந்தியாவின் நான்காவது பெரிய நகரம். சினிமா, அரசியல், தொழில், வணிகம் என பன்முகத்தின் மையம். பாரம்பரிய சின்னங்கள் அதிகமுள்ள இடம் சென்னை. இப்படி சென்னையின் சிறப்புகளை சொல்லிக் கொண்டே போகலாம்.

ஒரு மாநகரத்தின் வளர்ச்சி என்பது அங்குள்ள மக்களின் வாழ்க்கைத் தரம் உயர்வதாகும். அவர்களின் அடிப்படை தேவைகள், வசதிகள் பூர்த்தி செய்யப்படுவதாகும். அப்படி சென்னைவாசிகளின் அடிப்படை தேவைகள், வசதிகள் பூர்த்தி செய்யப்படவில்லை என்று ''சென்னையின் மறுபக்கம் - நிஜங்களின் தரிசனம்'' என்ற இந்த புத்தகத்தில் படம் பிடித்துக் காட்டப்பட்டுள்ளது. குடியிருப்பு, சாலை, சுகாதாரம், மருத்துவம், வாழ்வாதாரம், தனியார் மய பிரச்னைகள் என்று சென்னை நகரவாசிகளின் பல்வேறு பிரச்னைகள் இந்த புத்தகத்தில் அலசி ஆராயப்பட்டிருக்கிறது. அதோடு பிரச்னைகளுக்கான தீர்வும் சொல்லப்பட்டிருக்கிறது.

பாரம்பரியமான செயின்ட் ஜார்ஜ் கோட்டையில் இருந்து சட்டசபை கட்டிடத்தை மாற்றக் கூடாது என்று அடம்பிடித்த ஜெயலலிதாதான், சென்னையின் பூர்வகுடிகளை - அவர்கள் பாரம்பரியமாக குடியிருந்த வாழ்விடத்தில் இருந்து தொலைதூரத்திற்கு மாற்றுவதற்கு பிள்ளையார் சுழி போட்டார் என்பதை 'அம்மாவின் சட்டமன்ற கட்டிடமும், 5 குடிசை தாய்மார்களின் கோரிக்கையும் என்ற கட்டுரையில் படம் பிடித்துக் காட்டப்பட்டுள்ளது.

ஒரு ஏரியும் நூறு ஓநாய்களும் கட்டுரை, ஏரியை பங்குபோட்டு அரசு நிர்வாகம் விற்றதை தோலுரித்துக் காட்டியிருக்கிறது. சென்னை - நகரமயமாக்கலின் தோல்வியின் சின்னம், சென்னையின் மறுபக்கம், எமப்பட்டணமாக மாறும் சென்னைப் பட்டணம் ஆகிய கட்டுரைகள் ஆய்வுக் கட்டுரைகள் போல் உள்ளன.

படிக்க மட்டுமல்ல... சென்னை நகர மக்களின் வளர்ச்சிக்காக போராடவும் தூண்டச் செய்கிறது சென்னையின் மறுபக்கம் - நிஜங்களின் தரிசனம் புத்தகம்.

வே.பெருமாள்
பத்திரிகையாளர்

விடியும்போது விடியட்டும் என விடமாட்டோம்

அரை நூற்றாண்டுக்கும் மேலாக சென்னையோடு இரண்டற கலந்திருக்கிறேன். கடந்த 40 ஆண்டுகாலமாக சென்னை நகர மக்களின் குடிநீர், வடிகால்வசதி, சாலை, போக்குவரத்து வசதி பிரச்னைகள், குடிசை மக்களின் பிரச்னைகள், குடிசை மாற்று வாரிய (தற்போது, தமிழ்நாடு நகர்புற வாழ்விட மேம்பாட்டு வாரியம்) குடியிருப்பு மக்களின் பிரச்னைகள், ஆக்கிரமிப்பு அகற்றம் என்ற பெயரால் சென்னையின் பூர்வகுடிகளை தொலைதூரத்திற்கு அப்புறப்படுத்தும் அரசின் நடவடிக்கைக்கு எதிராக, சென்னை நகர மேம்பாட்டிற்காக என இப்படி பல இயக்கங்களில் மார்க்சிஸ்ட் கட்சி ஊழியனாக நான் பங்கேற்றிருக்கிறேன். சுனாமி (2004 டிசம்பர்), பெருவெள்ளம் (2015 டிசம்பர்) என இயற்கைப் பேரிடர், மழை, வெள்ள பாதிப்புகள் ஏற்பட்ட போதெல்லாம் தோழர்களுடன் இணைந்து களமாடியிருக்கிறேன்.

வந்தாரை வாழவைக்கும் நகரம் சென்னை என்பதில் எந்த சந்தேகமும் இல்லை. சுதந்திரப் போராட்டம், வர்க்கப் போராட்டம், மொழிப் போராட்டம் கண்ட மாநகரம் இது. பல மொழிகள், பல மாநில மக்கள், பலவித கலாச்சாரங்கள் சார்ந்த மண்ணாக சென்னை விளங்கி கொண்டிருக்கிறது. மத்தியில் பாஜ ஆட்சியில் இருந்தாலும், மதவாத சக்திகள் வாலாட்ட முடியாத பெருநகரங்களில் சென்னையும் ஒன்று.

சிங்கார சென்னை, எழில்மிகு சென்னை, சீர்மிகு சென்னை என்றெல்லாம் திட்டம் தீட்டினார்கள்; பல ஆயிரம் கோடி ரூபாய்கள் செலவும் செய்தனர்; பலன் என்னவென்றால் பூஜ்யம்தான். நகர்ப்புற மேம்பாடு திட்டம் ஊழலின் ஊற்றுக்கண்ணாகிவிட்டது. எளிதில் வாரி சுருட்டிக் கொள்ளும் திட்டமாகவும் மாறிவிட்டது. இதனால் சென்னை நகர மக்கள் வாழ்க்கை நரக வாழ்க்கையாகி விட்டது.

இந்த புத்தகத்தில் இடம்பெற்றுள்ள ‘‘சென்னை: நகரமயமாக்கல் தோல்வியின் சின்னம்’’ கட்டுரையை தவிர்த்து மற்ற கட்டுரைகள்

தீக்கதிரில் வெளிவந்தவை. வெறும் பிரச்னைகளைப் பற்றி மட்டுமே பேசுபவர்கள் - எழுதுபவர்கள் பலர் இருக்கின்றனர். ஆனால், பிரச்னைகளை சொல்லி அவற்றுக்கு மார்க்சிய ஒளியில் தீர்வு காண வழிகாட்டுபவர்கள் சிலர் மட்டும்தான் இருக்கிறார்கள். இந்த புத்தகத்தில் உள்ள கட்டுரைகளில் பிரச்னைகளைப் பற்றிக் கூறுவதோடு அதற்கான தீர்வுகளும் முன்வைக்கப்படுகின்றன.

சிந்தனையை தூண்டும் கட்டுரைகளைவிட, மனதை தொடும் கட்டுரைகள் நிறைய வாசகர்களை சென்றடைகிறது என்பதற்கு இந்த தொகுப்பில் உள்ள ''வணிகமய மருத்துவத்திற்கு அமுதா - மேலும் ஒரு மரணசாட்சி என்ற கட்டுரையே மிகப்பிரதான சாட்சி. இதை கட்டுரையாக எழுதித்தான் தீக்கதிருக்கு அனுப்பி வைத்தேன். கட்டுரையின் கருப்பொருளின் முக்கியத்துவத்தை கருதி, அதை பேனர் செய்தியாக தீக்கதிரில் அட்சரம் பிசகாமல் பிரசுரித்தார்கள். இந்த பேனர் செய்தி, அரசு அதிகார மட்டத்தில் இருப்பவர்களிடம் மட்டுமல்ல.. அனைத்து தரப்பினரிடமும் பரவலாக போய் சேர்ந்தது. அதைக் கொண்டு சேர்த்த பெருமை தீக்கதிரையே சேரும். மருத்துவர்களுக்கு எதிரான சட்டப் போராட்டத்துக்கு உறுதுணையாக இருப்பது மார்க்சிஸ்ட் கட்சியும், தீக்கதிரில் வெளிவந்த அந்த பேனர் செய்தியும்தான் என்று 'மரணசாட்சி அமுதா'வின் கணவர் இன்றும் சொல்லிக் கொண்டிருக்கிறார்.

ஊதுகிற சங்கை ஊதி விட்டோம்; விடியும் போது விடியட்டும் என்று விட்டுவிடப்போவதில்லை. சென்னை நகர மக்களுக்கு விடிவு காலம் ஏற்படும்வரை களத்தில் நிற்கும் போராட்டமும் தொடரும்...

இந்த புத்தகம் வெளிவர பெரிதும் உதவிய பத்திரிகையாளர் பெருமாள், தோழர் ஜெயசங்கரன், வடிவமைப்பில் உதவிய மோகன்பாபு, வெளியிட்டு உதவிய பாரதி புத்தகாலயத்தினர் அனைவருக்கும் என் நெஞ்சார்ந்த நன்றி.

தோழமையுடன்

அ.பாக்கியம்

உள்ளடக்கம்

1

சென்னை: நகரமய தோல்வியின் சின்னம்

சென்னை - இந்தியாவின் நான்காவது பெரிய நகரம். உலகின் பெருநகரங்களில் ஒன்றாகவும் கருதப்படுகிறது. பிரிட்டிஷார் தங்கள் நாட்டுக்கு வெளியே 1688-ல் உருவாக்கிய முதல் நகராட்சி. இப்படி சென்னையின் பாரம்பரியத்தை பேசுவதற்கு எண்ணற்ற விஷயங்கள் இருக்கின்றன. ஆனாலும் நவீன நகரமயமாக்கல் சென்னையில் வாழ்விடத்தை, வருங்காலத்தை வதைத்து, சிதைத்து கொண்டிருக்கிறது. திட்டமிடப்படாத - சட்டங்கள் அமல்படுத்தப்படாத - விதிகளை மீறுவதையே விதிகளாக மாற்றி விட்டதால் நகரமய வாழ்க்கை நரகமய வாழ்க்கையாக மாறிவிட்டது.

நகரமயமாக்கல் சுரண்டலின் சின்னமாக மட்டும் - வணிகத்தின் ஊற்றுக்கண்ணாக மட்டும் கருதப்படுவதால் பெரும்பகுதி மக்கள் அலைக்கழிக்கப்படுகிறார்கள். நகர்ப்புற மேம்பாட்டு திட்டங்கள் அனைத்தும் ஊழலின் ஊற்றுக்கண்ணாக மட்டுமல்ல, எளிதில் கொள்ளையடிக்கும் இடமாகவும் மாறிவிட்டது. இதற்கு சென்னை மாநகரத்தின் நகர்ப்புற மேம்பாட்டு திட்டங்கள் உள்ளங்கை நெல்லிக்கனியாக காட்சியளிக்கிறது.

சென்னையின் மழைநீர் வடிகால்வாய் மற்றும் ஆறுகளை தூய்மைபடுத்த, முகத்துவாரங்களை ஆழப்படுத்த என 1890-ம் ஆண்டுகளிலிருந்து 12க்கும் மேற்பட்ட திட்டங்கள் போடப்பட்டன. 1968-ம் ஆண்டு சில முயற்சிகள் மேற்கொள்ளப்பட்டன. ஆனால் அந்த திட்டங்களின் முடிவுகள் எந்த விளைவுகளையும் ஏற்படுத்தவில்லை. சென்னை - நகரமயமாக்கலில் தோல்வி அடைந்து விட்டது என்பதை விட, படுதோல்வி அடைந்து விட்டது என்பதற்கு சமீபத்திய (நவம்பர் 2021) பெருவெள்ளம் கண்முன் சாட்சியாக காட்சியளிக்கிறது.

இதுவரை சென்னை ஏழுமுறை அதிக வெள்ள பாதிப்புகளை கண்டுள்ளது. 1943, 1976, 1985, 1996, 2005, 2015 மற்றும் 2021 ஆகியவை குறிப்பிடத்தக்கவை. 2015-ம் ஆண்டு ஏற்பட்ட பெருவெள்ளம் சென்னை மாநகர மக்கள் அனைவருக்கும் ஒரு அபாய எச்சரிக்கையாக இருந்தது. அப்போதைய ஆட்சியாளர்களின்

செயலற்ற தன்மையால், மக்களுக்கு குறைந்தபட்ச பாதுகாப்பு மற்றும் நிவாரணம்கூட கிடைக்கவில்லை. என்ன நடக்கப்போகிறது; யாரிடம் போய் கேட்பது என்ற அசாதாரண நிலை இருந்தது. ஆட்சியாளர்கள் அலட்டிக் கொண்டாலும் அதையும் தங்களுக்கு சாதகமாகவே பயன்படுத்திக் கொண்டார்கள்.

வெள்ளக்காட்சிகள் பழகிப் போச்சு

மழை பெய்தால் சென்னை மாநகர் மூழ்கும். பெருமழை பெய்தால் வீடுகள், அலுவலகங்கள், மருத்துவமனைகள் என அனைத்தும் நீரால் சூழப்படும். சிறு மழை பெய்தால் சாலைகள் மூழ்கும். மூழ்குவது என்பது சென்னையின் சிறப்பாக மாறிவருகிறது. மிகப் பெரிய அடுக்குமாடி வீடுகளில் வாழ்ந்தாலும் படகில் பயணிப்பது, பிளாஸ்டிக் டிரம்களை ஒன்றாக கட்டி மிதவை தயாரித்து மிதக்க விடுவது, எளியவர்கள் தங்கள் வீட்டிலிருந்து தண்ணீரை வாளிகள் முலம் தெருவில் இறைப்பது, அடுக்குமாடி குடியிருப்புகளில் இருப்பவர்கள் சிறிய மோட்டார் மூலம் மழைநீரை சாலையில் இறைப்பது, சென்னையின் பிரதான சாலைகள் முழுவதும் தேங்கிய நீரை, மோட்டார் இயந்திரங்கள் மூலம் தேங்காத இடத்திற்கு மாநகராட்சி மாற்றுவது, அந்த மோட்டார் இயந்திரங்கள் நனையாமல் இருக்க பிளாஸ்டிக் பேனர்களை கொண்டு மூடி வைப்பது, மழைநீரும் சாக்கடையும் கலந்து சாலைகளில் நிரம்பி ஓடுவது சகஜமாகி விட்டது.

திரும்பிய இடமெல்லாம் சாக்கடை நாற்றம் என்பதால் எவ்வளவு நேரம்தான் மூச்சைப் பிடித்துக் கொண்டிருக்க முடியும்

என்பதால், அதை சுவாசித்து வாழக் கற்றுக் கொள்வது; வழியே இல்லாமல் பணிக்கு செல்வோரை பாதுகாக்கும் விதமாக சாக்கடை, சாக்கடை குழிகள், பள்ளங்கள் இருக்கின்றன என்பதை வெளிப்படுத்த, பள்ளங்கள் மற்றும் சாக்கடை குழிகளில் மரக்கிளைகள், குச்சிகள், டயர்கள் போன்றவை - போக்குவரத்து காவலர்களைவிட துல்லியமாக போக்குவரத்து விதிகளை அமலாக்கிக் கொண்டிருக்கும். இப்படிப்பட்ட காட்சிகள் மழைக்காலங்களில் சென்னையின் இயல்பாக மாறிவருகின்றது.

சென்னை புறநகர் பகுதி பரந்து விரிந்து இருந்தாலும் வெள்ளத்தால் சூழப்பட்டால், மின்சாரம் துண்டிக்கப்பட்டு, தகவல் தொடர்பு அறுந்து, ஒரு மாத காலம் புறநகர்வாசிகளுக்கு தண்டனை காலமாக மாறி விடும்.

கேழ்வரகில் நெய் வடிகிறதாம்?

2015-ம் ஆண்டு வெள்ளம் ஏற்பட்ட பொழுது சென்னை மக்கள் அதுவரை கண்டிராத பாதிப்புகளை கண்டனர். இதுகுறித்து இந்தியாவின் பிரபல பத்திரிக்கையாளர் சாய்நாத் அவர்கள் கூறும் பொழுது, ‘‘இந்தியாவில் இயற்கை பேரிடர் வந்தாலும் இயற்கைச் சீற்றம் வந்தாலும் அதை மகிழ்ச்சியோடு வரவேற்பது அதிகார வர்க்கமும் ஆளும் வர்க்கமும்தான். காரணம் அதனால் அவர்கள் அடையப் போகிற லாபம் அதிகம் என்பதால் வறட்சியை பற்றி இயற்கை சீற்றத்தை பற்றி அவர்கள் கவலை கொள்வதே கிடையாது’’ என்றார். அவருடைய கருத்தை நிஜமாக்குவதுபோல்தான் தமிழகத்தின் அன்றைய ஆட்சியாளர்கள் இருந்தார்கள்.

2015-ம் ஆண்டு வெள்ளத்தில், சென்னையில் மட்டும் 18 லட்சம் மக்கள் வீட்டை விட்டு வெளியேறினர். இதுவரை இல்லாத அளவிற்கு 6605 முகாம்களில் தஞ்சமடைந்தனர். சென்னையில் மற்றும் வெள்ளத்தால் உயிரிழந்தவர்கள் 260 பேர் என்பது அன்றைய அரசாங்கத்தின் கணக்கு. 2016ம் ஆண்டு ஜனவரியில் வெளியான நாடாளுமன்ற நிலைக்குழுவின் அறிக்கையில், நவம்பர் - டிசம்பர் மாதங்களில் பெய்தமழை வெள்ளத்தால், தமிழகத்தில் 470 பேர் உயிரிழந்தனர். 12,000 கால்நடைகள் பலியாகின. 4 லட்சத்து 92 ஆயிரம் வீடுகள் சேதமடைந்தன. 3 லட்சத்து 83 ஆயிரம் விளை நிலங்கள் நீரில் மூழ்கின என்று தெரிவிக்கப்பட்டிருந்தது. அப்போது சென்னையில் 15 நாட்கள் மின்சாரம் இல்லை. தகவல் தொடர்பு துண்டிப்பு, இறந்தவர்களை

புதைக்க, எரிக்க முடியாத நிலை என தனித்தனியாக பல நூறு சம்பவங்கள் நடந்தன. 2021ம் ஆண்டில் (நவம்பர்) வெள்ளம் வந்தபோது 2015ம் ஆண்டு காட்சிகள்தான் சென்னை மக்கள் மனதில் நிழலாடியது என்பதை குறிப்பிட்டே ஆக வேண்டும்.

2015 பெருவெள்ள பாதிப்புக்குப்பின், அப்போதைய ஆட்சியாளர்கள் மீண்டும் 2015 வரவே வராது என்று மார்தட்டினார்கள். 2021 சட்டமன்ற தேர்தல் பிரச்சாரத்தின் போது சென்னை தியாகராய நகரில் பேசிய அப்போதைய முதல்வர் எடப்பாடி பழனிச்சாமி, சென்னை வாக்காளர்களை கவர்வதற்காக, "ரூ.1000கோடி செலவில் சென்னையில் வடிகால் வசதிகள் ஏற்படுத்தப்பட்டு உள்ளன. இனிமேல் சென்னையில் எவ்வளவு மழை பெய்தாலும் தண்ணீர் தேங்காது" என்று வீராப்பு பேசினார். எந்த ஒரு திட்டத்தையும் நிறைவேற்றாமலேயே துணிச்சலாக பொய் பேசுகின்றனர். கேழ்வரகில் நெய் வடியப் போகிறது என்றார். நாம் நம்பினோமோ இல்லையோ... 2021ல் (நவம்பர்) வந்த மழைவெள்ளம் - 'நெய் வடிய' சாத்தியமில்லை என்று வெளிச்சம் போட்டு காட்டியது.

இருவேறு அரசுகளின் அணுகுமுறை

2015ம் ஆண்டு வெள்ள காலத்தில் தமிழக அரசு செயலற்று கிடந்தது. செம்பரம்பாக்கம் ஏரி திறந்து விடுவதில் ஏற்பட்ட குழப்பம், அதிகாரிகளும் அமைச்சர்களும் களத்தில் இல்லாதது, நிவாரணப்பணிகளை மேற்கொள்ளாதது என்று எண்ணற்ற குறைபாடுகளை சுட்டிக்காட்டலாம். ஒவ்வொரு உத்தரவும் முதலமைச்சரை எதிர்பார்த்து நடந்தது. அரசியல் கட்சிகளின் அமைப்புகள், தன்னார்வ தொண்டு நிறுவனங்கள், உள்ளூர் இளைஞர்கள், குடியிருப்பு நலச்சங்கங்கள் என மக்கள் தங்களை தாங்களே பாதுகாத்துக் கொண்டனர். வெள்ளம் வடிந்த பிறகு மக்களிடம் ஏற்பட்ட அதிருப்திகளை போக்கிட அரசு களத்திற்கு வந்தது. 50 தேசிய பேரிடர் மீட்பு குழுக்களையும், ஆயிரம் டன் குப்பைகளை அகற்ற அண்டை மாவட்ட, மாநிலத்திலிருந்து 2000 துப்புரவு தொழிலாளர்களை வரவழைத்தும் களத்தில் இறக்கியது. 200 மருத்துவ முகாம்களையும் நடத்தியது. இவை எல்லாம் காலம் கடந்து எடுத்த நடவடிக்கைகள் ஆகும்.

2021-ம் ஆண்டு வெள்ளத்தில் தமிழக அரசு செயல்பட்டது. வடகிழக்கு பருவமழை வருவதை முன்னிட்டு வெள்ள நீரை

வெளியேற்ற, மழைநீர்வடிகால்வாய் தூர்வாரும் பணிகளை மேற்கொள்ள, அதிகாரிகளுக்கு அறிவுறுத்தியது. நகர்ப்புற உள்ளாட்சி துறை, பொதுப்பணித் துறை, நெடுஞ்சாலைத் துறை, ஊரக வளர்ச்சி மற்றும் உள்ளாட்சித்துறை, ஆகியவற்றின் கூட்டங்கள் நடத்தப்பட்டு 20. 9. 2021 முதல் 25. 9. 21 வரை மாபெரும் மழைநீர்வடிகால்வாய் தூய்மை பணி முகாம் அறிவித்து 720 கிலோ மீட்டர் தூர்வாரப்பட்டது. 2021ம் ஆண்டு வெள்ளத்தில் நீரை வெளியேற்றும் முயற்சியாக சென்னையில் 550க்கும் மேற்பட்ட மோட்டார் இயந்திரங்களை வைத்து வெளியேற்றினர். இதுவரை இல்லாத அளவு 164 இடங்களில் மிகப் பெரும் அளவுக்கு நீர் தேங்கியது. கடந்த அரசை விட இந்த அரசு செயல்பட்டது என்பது உண்மைதான். ஆனாலும் மக்களுடைய அடிப்படையான பாதிப்புகள் தீர்க்கப்படாமல் இன்னும் நீடிக்கிறது என்பதும் யதார்த்தம்.

பேச்சு பேச்சாகவே இருக்கிறது

மழை வெள்ளம் வந்தால் எண்ணற்ற ஆலோசனைகள் வரும், அறிக்கைகள் வரும், மதிப்பீடுகள் வரும். எப்படி வெள்ளம் இயல்பாக மாறிவிட்டதோ அப்படி இந்த அறிக்கைகளும் சடங்காக மாறிவிட்டன. 1890ம் ஆண்டு ஆரம்பித்து 2000ம் ஆண்டுவரை 12 பெரும் திட்டங்கள் போடப்பட்டன. இவற்றில் எதுவும் முழுமையாக நிறைவேறவில்லை. இருப்பினும் வெள்ளம் வருகிறபோது மீண்டும் அதுபற்றி பேசுவது தவறில்லை. அப்படித்தான் இப்போது வந்துள்ள கருத்துக்களும் உள்ளன.

இந்திய அறிவியல் கழகத்தின் ஆய்வறிக்கை நீர்சேமிப்பு நிலங்கள், திறந்த வெளிகள், வெள்ள வடிகால் நிலங்கள் ஆகியவை பெருமளவு குறைந்து, கட்டிடங்கள் அதிகமாகி, சென்னைக்கு நீர் பாதிப்புகளை உண்டாக்கியது என்று 2015 பெருவெள்ளம் குறித்து தெரிவித்தது.

2015 டிசம்பரில் ஏற்பட்ட வெள்ள பேரழிவிற்கு, செம்பரம்பாக்கம் ஏரியில் இருந்து, முன்னறிவிப்பு இல்லாமல் இரவோடு இரவாக தண்ணீரை திறந்து விட்டது தான் காரணம் என்று தலைமை கணக்காயர் மற்றும் தணிக்கையாளரின் (சிஏஜி) அறிக்கை (2016 மார்ச்) தெரிவித்தது.

ஏரி மற்றும் ஆற்றங்கரையோர ஆக்கிரமிப்புகளே வெள்ள பாதிப்பிற்கு முக்கிய காரணம் என்றும் இவற்றை அகற்ற மாநில

அரசு நடவடிக்கை எடுக்க வேண்டும் என்றும் கழிவுநீர் கால்வாயை தூர்வாரி சீரமைக்க வேண்டும் என்றும் மத்திய ஆய்வுக்குழு அறிக்கையில் தெரிவிக்கப்பட்டிருந்தது.

47 சென்டிமீட்டர் மழை பெய்திருந்ததால், செம்பரம்பாக்கம் ஏரி முன்னறிவிப்பின்றி திறக்கப்பட்டது என்று தமிழக அரசு வெள்ள பாதிப்புக்கான காரணத்தை தெவித்தது.

ஏரி மற்றும் ஆற்றுப் பகுதி கால்வாய்கள் ஆக்கிரமிக்கப்பட்டு இருந்ததால் திறக்கப்பட்ட ஏரியின் நீரை அவற்றால் தாங்கமுடியவில்லை. சென்னையில் வடிகால் வசதிகள் சரிவர மேற்கொள்ளப்படவில்லை. வெள்ள பாதிப்புகளுக்கு நீர்நிலைகளில் இருக்கும் ஆக்கிரமிப்புகளே முக்கிய காரணம் ஆகும். ரியல் எஸ்டேட் தொழிலுக்கு நீர்நிலைகளை ஆக்கிரமிக்கும் மாஃபியா கும்பல் குறித்து மாநில அரசு கண்காணிக்க வேண்டும் என்று மத்திய நீர்வளத் துறை அறிக்கையில் தெரிவிக்கப்பட்டிருந்தது.

இப்படி எண்ணற்ற அறிக்கைகள் வந்துகொண்டே இருந்தன; அறிக்கையில் கூறப்பட்ட தீர்வுகள் அமல்படுத்தப்பட வேண்டும் என்ற எண்ணத்தில் கூறப்பட்டதா அல்லது அவரவர் கடமையை நிறைவேற்றி சென்றார்களா என்று பார்த்தால், அவரவர் கடமையை நிறைவேற்றி சென்றுவிட்டார்கள் என்பதுதான் உண்மை. காரணம், வெள்ள பாதிப்புகள் தொடர்கதையாகவே உள்ளன.

வரி கொடுத்தோம்: வாரி சுருட்டிக் கொண்டார்கள்

2015ம் ஆண்டு வெள்ளத்திலிருந்து என்ன பாடம் கற்றீர்கள் என்று அதிகாரிகளையும் அரசையும் பார்த்து உயர் நீதிமன்றம் கேள்வி எழுப்பியது. வெள்ளம் ஏற்படுவதற்கு இந்த அரசுகளின் செயல்பாடுகள்தான் காரணம் என்பது ஊரறிந்த செய்தி. எனினும் நீதிமன்றத்திற்கு வேறுவழி இல்லை. இப்படி சும்மா கேள்வி கேட்டுக்கொண்டுதான் இருக்கும். 2015க்கு முன்னும் பின்னும் பல ஆயிரம் கோடி ரூபாய் நிதி ஒதுக்கப்பட்டது என்பது உண்மை. ஆனால் அவற்றுக்கு பலன்உள்ளதா என்றால் இல்லை. எத்தனை கோடிகள் ஒதுக்கினார்கள்; எவ்வளவு செலவு செய்தார்கள் என்பது பற்றி பல விவரங்கள் உள்ளன. அவற்றில் ஒரு சிலதை பார்த்தாலே நமக்கு ஆச்சரியமாக இருக்கும். இவ்வளவு செலவு செய்துமா இன்னும் சென்னையில் வெள்ளத்தால் மக்கள் பாதிக்கப்படுகிறார்கள் என்று அதிர்ச்சியாக இருக்கும்.

2015-ம் ஆண்டு வெள்ளத்திற்கு பிறகு அன்றைய முதலமைச்சர் ஜெயலலிதா 4000 கோடி திட்டத்தை அறிவித்தார். இதில் 1500 கோடி ரூபாய்க்கு சென்னையில் மழைநீர் வடிகால்வாய் கட்டிமுடிக்கப்பட்டதாகத் தெரிவிக்கப்பட்டுள்ளது. ஜெயலலிதா மறைவிற்குப் பிறகு எடப்பாடி பழனிச்சாமி சென்னை மழை நீர் வடிகால்வாய் திட்டத்திற்கு ரூ.2370 கோடி ஒதுக்கீடு செய்தார். சென்னை புறநகர் பகுதியில் வெள்ளத்தடுப்பு பணிக்கு ரூ.3000 கோடி ஒதுக்கப்பட்டு முதலில் 100 கோடி செலவு செய்யப்பட்டதாகவும் தெரிவிக்கப்பட்டது. எடப்பாடி முதல்வராக இருந்தபோது அவர் மட்டும் ஒதுக்கினால் அதிமுக கட்சியின் முதன்மை ஒருங்கிணைப்பாளரும், துணை முதல்வருமான ஓபிஎஸ்க்கு கோபம் வராதா என்ன? எனவே அவரும் அமைச்சர் வேலுமணியும் இணைந்து, தமிழ்நாடு நீடித்த நகர்ப்புற வளர்ச்சித் திட்டம் என்ற ஒரு திட்டத்தை உருவாக்கி, உலக வங்கி உதவியுடன், அடையாறு பணிக்கு ரூ.1388 கோடி, மழைநீர் கட்டமைப்புக்கு ரூ.1260 கோடி என ஒதுக்கி தீர்த்தனர். 2015-16ம் ஆண்டு நிதிநிலை அறிக்கையில் சாலை மற்றும் மழைநீர் வடிகால்வாய் கட்டமைக்க ரூ.4170 கோடி ஒதுக்கப்பட்டுள்ளது. இவை தவிர ஆண்டுதோறும் ரூ.500 கோடி செலவு செய்யப்படும் என்றும் அறிவிக்கப்பட்டது.

2020-21ம் ஆண்டு தமிழ்நாடு நிதிநிலை அறிக்கையில், வெள்ளத்தை தடுக்கும் விதமாக வடிகால்வாய் அமைத்திட ரூ.3000 கோடி ஒதுக்கப்பட்டு நிறைவேற்றப்பட்டதாக தெரிவிக்கப்பட்டுள்ளது. 2021-22 இடைக்கால நிதிநிலை அறிக்கையில் சென்னையில் பொதுவான மேம்பாட்டிற்காக

(General Devolepment Project) ரூ.3140 கோடி

ஒதுக்கப்பட்டது. இதோடு, 2021 பிப்ரவரியில் சென்னை மாநகராட்சியில் பத்திரிகையாளர்கள், பார்வையாளர்கள் யாரையும் அனுமதிக்காமல் ரகசியமாக நடத்திய கூட்டத்தில் ரூ.554 கோடி வடிகால்வாய் அமைப்பதற்காக ஒதுக்கப்பட்டுள்ளது. 2021ம் ஆண்டு ஜனவரி மாதம் சென்னையில் வடிகால்வாய் இணைப்பு ஏற்படுத்த (Missing Links) 45 கிலோமீட்டர் தொலைவில் அமைந்துள்ள வடிகால்வாயில் 11.9 கிலோமீட்டர் தூரத்திற்கு இணைப்பை ஏற்படுத்தவும் 32 கிலோமீட்டர் வடிகால்வாய்களை இடித்துவிட்டு புதிதாக கட்டவும் ரூ.120 கோடி நிதி ஒதுக்கப்பட்டது.

கொசஸ்தலை ஆறு வடிகால் திட்டத்திற்கு ஆசிய வளர்ச்சி வங்கி உதவியுடன் ரூ.2800 கோடி ஒதுக்கீடு;கோவளம் வடிகால்வாய் திட்டத்திற்கு ஜெர்மன் வங்கி நிதி உதவியுடன் ரூ.3,500 கோடி ஒதுக்கீடு; சென்னை வடிகால் திட்டத்திற்கு உலக வங்கி நிதி ஒரு கோடியே 43 லட்சம் ஒதுக்கீடு என ஏராளமான ஒதுக்கீடுகள் நடைபெற்றுக் கொண்டே இருந்தன.

ஆசிய வங்கியிடமும், உலகவங்கியிடமும் ஜெர்மன் வங்கியிடமும் கடன் வாங்குகிறார்கள் நமக்கென்ன போச்சு என்று நாம் நினைக்க முடியாது. வாங்கிய கடனை அவர்கள் எடுத்துக் கொண்டார்கள். உலக வங்கிக்கு பணம் கட்ட வேண்டாமா? அதை கட்ட வேண்டியது பொதுமக்கள் தான். அதற்காகத்தான் வீட்டு வரியை பல மடங்கு உயர்த்தி உலக வங்கிக்கு பணம் கட்டுகிறார்கள்.

2011ம் ஆண்டு முதல் 2021ம் ஆண்டு வரை சுமார் ரூ.17 ஆயிரம் கோடிக்கு மேல் மக்களின் வரிப்பணத்தை வேட்டையாடி இருக்கிறார்கள். இத்தனை ஆயிரம் கோடி ஒதுக்கியும் பணிகள் எதுவுமே நடைபெறவில்லையா என்ற கேள்வி எழலாம். சில துண்டு துண்டான திட்டங்கள் நிறைவேறி இருக்கிறதே தவிர, அடிப்படை பிரச்சனை தீரவில்லை. ஒதுக்கிய பணம் அனைத்தும் செலவழிந்து விட்டது; ஆனால் திட்டங்கள் எதுவும் நிறைவேறவில்லை. மக்கள் வரிகள் மூலம் பணம் கொடுத்தார்கள்; ஒதுக்கியவர்கள் கோடியில் மூழ்கினார்கள்; கொடுத்தவர்கள் வெள்ளத்தில் மூழ்கினார்கள்.

ஆக்கிரமிப்பு: யானையும் – எறும்பும்

சென்னையின் வெள்ள பாதிப்பு ஏற்படும் போதெல்லாம் நீர்நிலை ஆக்கிரமிப்பு பற்றி பேசப்படுகிறது. அரசும் அதிகார

வர்க்கமும் ஊடகங்களும் நகர்ப்புற ஏழைமக்களின் ஆக்கிரமிப்பை பற்றியே பிரதானப்படுத்தி பேசுகின்றன. இவர்களின் ஆக்கிரமிப்பின் பரப்பளவு நிலம் மிக மிக குறைவு. இதை பிரதான படுத்துவதன் மூலமாக பெரும் தனவந்தர்களின் ஆக்கிரமிப்புகளை காப்பாற்றுவதை நோக்கமாக கொண்டுள்ளனர். யானை போவதை விட்டுவிட்டு எறும்பு போவதை பெரிதாக்கி பேசும் இந்தசெயல்தான் திசைதிருப்புவதாகும்.

அரசால் தனது திட்டங்களுக்காக ஏற்படுத்தப்பட்ட ஆக்கிரமிப்புக்கள்; பெருநிறுவனங்களுக்கு சட்டப்பூர்வமாக மாற்றப்பட்ட ஆக்கிரமிப்புகள்; ரியல் எஸ்டேட் மாஃபியாக்கள் அரசின் உதவியுடன் செய்யும் ஆக்கிரமிப்புகள்; வறியவர்கள் வேறு வழியின்றி வாழ்விடங்களை அமைத்துள்ள ஆக்கிரமிப்புகள் என்று பல வகைகள் உள்ளன.

அனைத்து ஆக்கிரமிப்புகளுக்கும் அரசு தான் முக்கிய காரணமாக இருக்கிறது. அரசு ஆக்கிரமிக்கவும் செய்கிறது; ஆக்கிரமிப்புகளை ஊக்குவிக்கவும் செய்கிறது; ஆக்கிரமிப்பு செய்பவர்களை தடுக்கவும் மறுக்கிறது. இப்படி பல அவதாரங்களை எடுத்து சென்னையை சீரழித்துக் கொண்டிருக்கிறது.

சென்னை மற்றும் புறநகர் பகுதியில் 1893ம் (வருடம் சரியா?) ஆண்டு 12.6 (வெறும் 12தானா?) சதுர கிலோமீட்டர் பரப்பளவு இருந்த நீர்நிலைகள் 2017 ஆம் ஆண்டு 3.2 சதுர கிலோமீட்டர் பரப்பளவாக குறைந்திருக்கிறது என்று வரைபடங்களை வைத்து ஆய்வு செய்து அண்ணா பல்கலைக்கழகம் அறிக்கை தந்துள்ளது.

1980-ம் ஆண்டுகளில் சென்னையில் 70 சதவீத பரப்பளவிற்குமேல் ஆறு மாதம் வரை நீர் தேங்கி இருக்கும். இவற்றை நீராதார பகுதி என்று கூறுவார்கள். தற்போது வெறும் 15 சதவீதமாக இந்த பரப்பளவு குறைந்து விட்டது. சென்னை புறநகர் பகுதியில் 2000-ம் ஆண்டு 250.58 சதுர கிலோ மீட்டர் பரப்பளவு (68 சதவீதம்) கட்டிட பகுதியாகவும் 117.48 சதுர கிலோமீட்டர் பரப்பளவு(32 சதவீதம்) நீர் நிலையாகவும் இருந்தது. 2011 ம் ஆண்டில், அதாவது 10 ஆண்டுகளில் நீர்நிலை 15 சதவீதமாக சுருங்கி கட்டிடங்களின் பரப்பளவு 85 சதவீதமாக அதிகரித்துவிட்டது. இந்த ஆக்கிரமிப்புகளுக்கு யார் பொறுப்பு?

சென்னையில் உள்ள மூன்று ஆறுகளில் கொசஸ்தலை ஆறு, அடையாறு, கூவம் மற்றும் பக்கிங்காம் கால்வாயில் நீர்வந்து

சேர்வதற்கு 52க்கும் மேற்பட்ட நீர்வழி தடங்களும் 512 இடங்களில் துளைகளும் மற்றும் கழிவு நீர்கள் வந்து விழுகின்ற இடங்களாகவும் இருந்தன. சென்னையில் பெய்கிற மழை நீரை வெளியேற்றுவதற்கு கடந்த காலங்களில் 84 சதவீதம் கழிவுநீர் குழாய்களும் 11 சதவீதம் மழைநீர் வடிகால்வாய் பாதைகளும் பயன்பட்டன. கூவம் ஆற்றின் மூலமாக 27 சதவீதமும், பக்கிங்காம் கால்வாய் மூலமாக 29 சதவீதமும், அடையாறு மூலமாக 19 சதவீதமும் மழை நீர் வெளியேற்றப்பட்டது. சென்னை நகரத்தின் அற்புதமான, இயற்கையான வெள்ளப்பாதுகாப்பு இருந்தது. இந்த அமைப்பை தகர்த்து யார்? நகர்ப்புற ஏழைமக்களா? அரசின் அறிவியல் பூர்வமற்ற திட்டங்கள்தான் முக்கிய காரணம் என்று குற்றம் சாட்டினால் அது கண்டிப்பாக மிகையாகாது.

சென்னையில் அமைக்கப்பட்ட பறக்கும் ரயில் திட்டங்கள் (MRTS) பக்கிங்காம் கால்வாய் மீது கட்டப்பட்டது. சுற்றுச்சூழல் ஆர்வலர்கள் பலரும் அதற்கு எதிர்ப்பு தெரிவித்தும் அரசு செவிசாய்க்கவில்லை. 5600 கன அடி தண்ணீர் செல்லக்கூடிய பக்கிங்காம் கால்வாயில், இந்த திட்டம் நிறைவேற்றப்பட்டால் 600 கனஅடி மட்டுமே நீர் செல்லக்கூடிய கால்வாயாக மாறியது; இல்லை மாற்றப்பட்டது. 25 மீட்டர் அகலம் உள்ள கால்வாய் ரயில் நிலையங்கள், அதன் தூண்களின் ஆக்கிரமிப்பால் 10 மீட்டராக குறுக்கப்பட்டது. யானைக்கவுனி, ஐஸ்ஹவுஸ், கச்சேரி சாலை, ஆடம் சாலை ஆகிய இடங்களில் உள்ள பழைய வளைவு பாலங்கள், தண்ணீரின் வேகத்தை குறைக்கின்றன. அவற்றை இடித்துவிட்டு அகலப்படுத்தி கட்ட வேண்டும் என்ற ஆலோசனைகளை புறந்தள்ளிவிட்டு நீரோட்டத்தை மேலும் தடுக்கும் வகையில் பறக்கும் ரயில் திட்டத்தை அமலாக்கினார்கள்..

இதேபோன்று சென்னை துறைமுகத்தில் இருந்து மதுரவாயல் வரை உயர் விரைவுச்சாலை அமைப்பதற்கான திட்டங்களும் வெள்ளநீர் செல்லக்கூடிய கால்வாய்கள் மீதே கட்டப்பட்டு நீரின் இயல்பான போக்கை தடுத்து கால்வாயின் அகலத்தை சுருக்கி சென்னையை மிதக்க விட்டனர்.

வளர்ச்சிக்கான திட்டங்கள் அவசியம் தேவை. அத்திட்டங்கள் மக்களின் வசதியை பெருக்குவதற்காகத்தான்; அசவுகரியங்களை உருவாக்குவதற்கு அல்ல. ஆனால் அரசின் ஆக்கிரமிப்பு திட்டங்கள் ஒரு பகுதி மக்களுக்கு சவுகரியங்களையும் பெரும்பகுதி மக்களுக்கு அசவுகரியங்களையும் உருவாக்குகிறது. கால்வாய் வெளியில்

திட்டங்களை கொண்டு செல்வதற்கான இடங்கள் இருக்கிறது; ஆனால் அவை அனைத்தும் செல்வாக்கு படைத்தவர்களின் இடங்களாக இருப்பதால் அவற்றின் மீது கை வைக்காமல் ஒட்டு மொத்தமாக சென்னை மக்களின் தலைமீது கைவைத்து சீரழிக்கும் பணியை செய்து கொண்டிருக்கிறார்கள்.

இதேபோன்று ஐடி காரிடார் (ராஜீவ்காந்தி சாலை) பழைய மகாபலிபுரம் சாலையில் அமைக்கப்பட்டது. போதிய வடிகால் அமைப்புகளை ஏற்படுத்தாமல், உரிய இடங்களில் மதகுகளை (Culverts) அமைக்காமல் கால்வாயில் சென்று சேரக்கூடிய நீர்தடுக்கப்பட்டது. வேளச்சேரியில் ஆரம்பித்து மடிப்பாக்கம் வரை நீரில் மூழ்கும் நிலை ஏற்பட்டது. சாலைகள் அமைக்க வேண்டாம் என்று சொல்லவில்லை அறிவியல் பூர்வமாக இருக்க வேண்டாமா? விதிமுறைகளின்படி கட்டுவதை அரசு உத்திரவாதப்படுத்த வேண்டாமா?

தாம்பரம் முதல் செங்குன்றம் வரை தேசிய நெடுஞ்சாலை 45 மற்றும் 4 என்ற இரு சாலைகள் அமைக்கப்பட்டது. இந்த இரு சாலைகளும் தண்ணீர் வரத்தை தடுத்து நிறுத்தியது. இந்த சாலைகள் வழியாக வரக்கூடிய மழை நீருக்கான வடிகால்களை அமைக்கவில்லை. மதகுகளை அமைக்கவில்லை. இதனால் கிழக்கு நோக்கிய வடிகால்கள் பாதிக்கப்பட்டது. அண்ணா நகர், போரூர், வானகரம், மதுரவாயல், முகப்பேர், அம்பத்தூர் ஆகிய பகுதிகள் வெள்ளத்தால் மூழ்கும் நிலை ஏற்பட்டுள்ளது.

பல்லாவரத்தில் இருந்து துரைப்பாக்கம் நோக்கி அமைக்கப்பட்டுள்ள ரேடியல் சாலை வடிகால்கள், மதகுகளும் அமைக்கப்படாமல், பல்லாவரம், குரோம்பேட்டை, அஸ்தினாபுரம் ஆகியவற்றின் ஒரு பகுதி வெள்ளத்தால் மூழ்கும் நிலைமை ஏற்பட்டது.

அரசு சாலை அமைப்பது; மேம்பாடு திட்டங்களை நிறைவேற்றுவது; தொழில் வளர்ச்சியை ஏற்படுத்துவது, இவையெல்லாம் அடிப்படையான தேவைதான். ஆனால் அவற்றை திட்டமிடுகிறபோது விதிமுறைகளை மீறாமல் அறிவியல்பூர்வமாக திட்டமிட்டு அவற்றை அமல்படுத்த வேண்டிய பொறுப்பு அரசுக்கு இருக்கிறதா இல்லையா? வளர்ச்சித் திட்டங்கள் அனைத்து பகுதி மக்களின் வசதிக்காகத் தானே தவிர காண்ட்ராக்ட் எடுப்பவருக்கு காண்ட்ராக்ட் கொடுப்பவருக்குமான நலன் சார்ந்ததாக இருக்கக் கூடாது.

அரசு ஆக்கிரமிப்பின் மற்றொரு வடிவம் திடக்கழிவு மேலாண்மை கொள்கை இல்லாதது. சென்னை மாநகராட்சி தனது திடக்கழிவுகளை நன்னீர் சதுப்பு நிலங்கள் நிறைந்த பெருங்குடியில் மிகப்பெரும் அளவில் கொட்டிக்கொண்டிருக்கிறது. இதேபோன்று கொடுங்கையூரில் கொட்டுகிறார்கள். சென்னையை சுற்றி இருக்கக் கூடிய அனைத்து உள்ளாட்சி அமைப்புகளும் தங்களுக்கு அருகில் இருக்கக்கூடிய ஏரிகளிலும் நீர் நிலைகளிலும்தான் திடக்கழிவுகளை கொட்டுகிறார்கள் என்பது நூறு சதம் உண்மை.

ஆக்கிரமிப்பு சம்பந்தமாக ஒரு அறிவியல் பூர்வமான பார்வையை உருவாக்க வேண்டிய முதல் தேவை, பொறுப்புணர்வு அரசுக்குத்தான் அவசியம் என்பதை வலியுறுத்தி சுட்டிக்காட்ட வேண்டியுள்ளது.

அரசு இப்படி என்றால் மறுபுறத்தில் தனியார் நிறுவனங்கள் வளர்ச்சி என்ற பெயரால் நீர்நிலைகள் அனைத்தையும் ஆக்கிரமித்து வருகின்றன. குறிப்பாக நீர் வரத்து அதிகம் உள்ள கூவம், அடையாறு, பக்கிங்காம் கால்வாய்களில் மருத்துவமனைகள், கல்லூரிகள், சுயாட்சி பல்கலைக்கழகங்கள் என அனைத்தும் நீர் நிலைகள் மீதும் சென்னை நகரத்தில் இருக்கக்கூடிய ஆறுகள் மீதும்தான் கட்டப்பட்டுள்ளன.

சென்னை நகரத்தில் காணக்கிடைக்காத மீண்டும் உருவாக்க முடியாத மிகப் பெரிய சதுப்பு நிலம் 5600 ஏக்கர் பரப்பளவில் சோழிங்கநல்லூர் பகுதியில் இருந்தது. இன்று 550 ஏக்கராக சுருங்கி விட்டது. இப்படிப்பட்ட ஒன்றை இந்த ஆட்சியாளர்கள் நினைத்தாலும் மீண்டும் உருவாக்க முடியாது. கட்டிடங்களை கட்டி விடலாம்; இயற்கையை மீண்டும் உருவாக்குவது அவ்வளவு எளிதான காரியமல்ல. இவ்வாறு சட்டத்தை மீறி கட்டப்பட்ட அனைத்து நிறுவனங்களுக்கும் சட்டபூர்வமாக ஒப்புதல் வழங்கப்பட்டுள்ளது. இந்த ஆக்கிரமிப்பிற்கு யார் காரணகர்த்தாவாக இருக்கிறார்கள் என்ற கேள்வி எழாமல் இல்லை. இதுநாள்வரை வடிந்தோடும் வெள்ளத்தை இந்த சதுப்பு நிலம் உள்வாங்கிக் கொண்டது. இன்று அப்படிப்பட்ட நிலப்பரப்பு இல்லை. சதுப்பு நில காடுகள் என்ற பெயர் மாறி சதுப்புநில பூங்கா என்று அழைக்கும் அளவிற்கு சுருங்கிவிட்டது.

ஆக்கிரமிப்பின் மற்றொரு வடிவம் அதிகாரத்தில் இருக்கும் கட்சியின் ஆதரவுடன் நடைபெறும் ரியல் எஸ்டேட் வணிகம். இந்த நில மாஃபியாக்கள் ஏரிகள், நீர்நிலைகள் மற்றும் அரசு

நிலங்கள் ஆகியவற்றை, அதிகாரிகள், அமைச்சர்கள் துணையுடன் பெரும் நிறுவனங்களுக்கும், நடுத்தர வர்க்கத்தைச் சேர்ந்தவர்களுக்கும் விற்பனை செய்துவிடுகிறார்கள். வருமானம் குறைந்த நடுத்தர வர்க்கத்தை சேர்ந்தவர்கள் வீடுகளை கட்டிய பிறகு அவற்றை ஆக்கிரமிப்பு என்று அகற்றிட வருகிறார்கள். ஆக்கிரமிப்புகளை யார் ஊக்குவித்து வணிகமாக்கினார்களோ அவர்களின் பிரதிநிதிகள்தான் இப்போது இடிக்கவும் வருகிறார்கள்.

இவை தவிர குடிசைப் பகுதி மக்கள், விளிம்புநிலை மக்கள், வசதிக்கும் வணிகத்திற்கும் ஆக்கிரமிக்காமல் உயிர்வாழ மட்டுமே ஒரு வசிப்பிடமாக மிகக் குறைந்த இடத்தில் வாழ்கிறார்கள். இவர்களது ஆக்கிரமிப்புகளைதான் பிரதானமாக முன்வைத்து பேசுகிறார்கள். இம்மக்களை அப்புறப்படுத்துவதின் நோக்கம் என்னவென்றால் மற்ற ஆக்கிரமிப்புகளை பெருநிறுவன ஆக்கிரமிப்புகளை பாதுகாக்கத்தான் என்பதை நாம் தெளிவாகப் புரிந்து கொண்டிருக்கிறோம்.

ஒற்றை திட்டமல்ல... ஒருங்கிணைந்த திட்டம் தேவை

சென்னையின் வெள்ளத்தை போக்குவதற்கு வடிகால்வாய் கட்டினால் போதும், தூர் வாரினால் போதும், ஆக்கிரமிப்பை அகற்றினால் போதும் என்று ஒற்றை திட்டத்தைப் பற்றி நிறைய ஆலோசனைகள் வருகின்றன. அரசும் இந்த ஒற்றை திட்டங்களை நிறைவேற்றுவதில் ஆர்வம் காட்டுகிறது. இத்தனை பெரிய பேரழிவிற்கு பிறகும் அரசு ஒரு ஒருங்கிணைந்த திட்டத்தை, நீர் மேலாண்மை திட்டத்தை, திடக்கழிவு மேலாண்மை திட்டத்தை நிறைவேற்றவில்லை என்றால் இந்த பிரச்சனைக்கு விடிவே கிடையாது. ஒவ்வொன்றும் மற்றொன்றுடன் தொடர்பு உள்ளது என்பதை புரிந்துகொண்டு ஒருங்கிணைந்த நீர் மேலாண்மை திட்டத்தை உருவாக்கிட வேண்டும்.

முதலில் ஆக்கிரமிப்புகள் பற்றி பாரபட்சமற்ற முறையில் அணுக வேண்டும். அரசின் திட்டத்தால் வளர்ச்சிப் பணிகள் பாதிக்கப்பட்ட நீர் வழிப்பாதைகளுக்கு மாற்று என்ன என்பதை கண்டுபிடித்து உருவாக்கிட வேண்டும். ஆறுகளின் போக்கை தடுத்து கட்டப்பட்டுள்ள பெரு வணிக நிறுவன ஆக்கிரமிப்புகளை அப்புறப்படுத்திட வேண்டும். ஆறுகளில் சாக்கடைகளை, கழிவுநீரை விடுவதால் ஆற்றின் இயல்பான நீரின் வேகம் தடுக்கப்படுகிறது. பெரும் நிறுவனங்களின் நச்சுக் கழிவுகள் தான்

இந்த ஆற்றில் அதிகமாக கலக்கிறது. சென்னை உரத் தொழிற்சாலை, சென்னை பெட்ரோலிய நிறுவனம், எண்ணூர் அனல்மின் நிலையம் ஆகியவற்றிலிருந்து ரசாயனக் கழிவுகள் வடசென்னையில் உள்ள ஆறுகளில் கலக்கிறது. இது தொடர்பான வழக்குகளும் இருக்கிறது. கூவம் ஆற்றில் 105 இடங்களிலும், அடையாறில் 49 இடங்களிலும் பக்கிங்காம் கால்வாயில் 183 இடத்திலும் கழிவுநீர் சுத்திகரிப்பு நிலையங்கள் அமைத்திட ரூ.300 கோடி ஒதுக்கப்பட்டது. ஆனால் 38 இடங்களில் தான் சுத்திகரிப்பு நிலையங்கள் அமைக்கப்பட்டது. அவையும் முழுமையாக செயல்படவில்லை. சென்னையில் கழிவு நீர்கள் வெளியேற்றத்திற்கு ஒரு பகுதிதான் இணைப்பு உள்ளது. சென்னை குடிநீர் வழங்கல் மற்றும் கழிவுநீர் அகற்றல் வாரியம் 30 சதவீதம் கழிவுநீரை சுத்திகரிக்காமல் கூவத்தில் திறந்து விடுகின்றது. பக்கிங்காம் கால்வாய், அடையாறு 60 சதவீதத்திற்கு மேல் சுத்திகரிக்கப்படாத கழிவு நீரை பெறுகின்றன. அரசு இவற்றையெல்லாம் தடுப்பதற்கான மாற்று ஏற்பாடுகளை செய்திட வேண்டும்.

கழிவுநீர் கால்வாய்

சென்னையில் மழை நீரை வெளியேற்றுவதற்கு இன்று வரை முக்கிய பங்காற்றுவது கழிவுநீர் குழாய்கள் மட்டும்தான். மழைநீர் வடிகால்வாய் இரண்டாம் பட்சமாக தான் உள்ளது. சென்னை நகரத்தில் கழிவு நீருக்கான கட்டமைப்புகள் போதுமான அளவிற்கு இல்லை. சென்னையில் 5525 கிலோ மீட்டர் நீளத்திற்கு சாலைகள் உள்ளன. இவற்றில் 5,200 கிலோ மீட்டர் நீளத்திற்கு கழிவுநீர் குழாய்கள் அமைக்கப்பட்டுள்ளன. இருந்தாலும் சென்னையிலுள்ள 15 லட்சம் வீடுகளில் 8 லட்சம் வீடுகளுக்கு மட்டும்தான் கழிவுநீர் இணைப்பு உள்ளது. மற்றவை அனைத்தும் மழைநீர் வடிகால்வாய் மூலமாக செல்கிறது.

கழிவுநீர் பாதைகளின் கட்டமைப்பு பலவீனமாக இருக்கிறது. அது 50 முதல் 100 ஆண்டுகள் வரை பழமையானது. கழிவுநீர் நீரேற்று நிலையம் (Pumping Station) உருவாகிற கழிவு நீர்களை வெளியேற்ற கூடிய அளவிற்கு திறன் கொண்டதாக இல்லை. மழைகாலத்தில் வெள்ள நீரும் சேர்கின்றபோது நீரேற்று நிலையங்கள் செயல்பட முடியாத அளவுக்கு பாதிக்கப்படுகிறது. இதனால் சாக்கடையும் மழை நீரும் இரண்டற கலந்து சென்னை வீதிகளில் வாசம் செய்கிறது. ஒன்றை ஒன்று பாதிக்கும்;

ஒவ்வொன்றுக்கும் தொடர்புள்ளது. இதனால்தான் ஒருங்கிணைந்த திட்டம் தேவை என்று வலியுறுத்தப்படுகிறது. அனைத்து வீடுகளுக்கும் இணைப்புக் கொடுப்பது, நீரேற்று நிலையங்களை பலப்படுத்துவது, சுத்திகரிப்பு நிலையங்களை அதிகரிப்பது உடனடிதேவையாகும்.

மழைநீர்வடிகால்வாய்

நகரமயம் வளர்ந்த வேகத்திற்கும், மக்கள் தொகை அடர்த்தி பெருக்கத்திற்கும் ஏற்றவகையில், அரசு நகரின் எல்லையை விரிவுபடுத்தி அறிவித்த அளவிற்கு அடிப்படை கட்டமைப்புகளை மேம்படுத்தவில்லை. குறிப்பாக மழை நீர் வடிகால்வாய் கட்டப்படவில்லை. சென்னையில் 33,374 உட்புற சாலைகள் உள்ளன. இவற்றின் நீளம் 5525 கிலோ மீட்டர். இவற்றில் 470 சாலைகளில் அதாவது 387 கிலோ மீட்டர் தூரத்திற்கு பேருந்துகள் செல்கின்றன. 5525 கிலோ மீட்டர் தூரத்திற்கு 2058 கிலொமீட்டர் தூரத்திற்கு மட்டும்தான் மழை நீர் வடிகால்வாய் அமைக்கப்பட்டுள்ளது என்றால் கட்டமைப்பின் லட்சணத்தை அறிந்து கொள்ள முடியும். 1996-ம் ஆண்டு வரை 615 கிலோ மீட்டர் தூரத்திற்கு மட்டும்தான் வடிகால்வாய் இருந்தது. அதன் பிறகு 1400 கிலொ மீட்டர் தூரத்திற்கு கட்டப்பட்டுள்ளது. இந்த 25 ஆண்டுகளில் நகர வளர்ச்சிக்கும் கால்வாய் கட்டமைப்பிற்கும் எவ்வளவு இடைவெளி இருக்கிறது என்பதை புரிந்துகொள்ள முடியும். சென்னை நகரத்தில் இன்றும் சரி பாதிக்குமேல் மழைநீர் வடிகால்வாய் இல்லை.

இருக்கின்ற 2058 கி.மீ. வடிகால்வாய் மழைநீரை வெளியேற்றும் திறன் கொண்டது இல்லை என்பதை இயற்கை வெளிச்சம் போட்டுக்காட்டி விட்டது. அமைக்கப்பட்ட வடிகால்வாய் தரமற்றது உடனடியாக சரிந்து விடுகிறது. பல இடங்களில் வாட்டம் வைக்கப்படவில்லை. அருகிலுள்ள ஆற்றுடன் இணைக்கப்படவில்லை. இந்த மழைநீர்வடிகால்வாய் மீதுதான் மின்சார வாரியத்தின் டிரான்ஸ்பார்மர்கள், சில தனியார் தொலைதொடர்பு நிறுவனங்களின் பெட்டிகள், கடைகள், வழிபாட்டுத் தலங்கள் என அனைத்தும் ஆக்கிரமித்துள்ளன. மழைநீர் செல்லும் துளைகளை அடைத்து தான் அனைத்து விதமான வாகனங்களும் நிறுத்தப்பட்டுள்ளன. கடைகளின் விளம்பரப் பலகைகளும் வைக்கப்பட்டுள்ளன. இவற்றுடன் கூட

திடக் கழிவுகள், பிளாஸ்டிக் குப்பைகள் கொட்டப்படுகிறது. எனவே மழைநீர்வடிகால்வாய் என்பது அ முதல் ஃ வரை தோல்வி அடைந்துள்ளது. இதற்கு யார் பொறுப்பு அரசு தான் பொறுப்பேற்க வேண்டும் பொதுமக்கள் சரியில்லை என்று அரசு தப்பிக்க நினைப்பது கொள்ளையடித்த பணத்தை பாதுகாப்பதற்கும் தொடர்ந்து கொள்ளையடிக்கவும் செய்கிற திசைதிருப்பல் தவிர வேறுகாரணம் இருக்க முடியாது.

சென்னையில் உள்ள மூன்று முக்கிய ஆறுகளுக்கும் 52 இணைப்புக் கால்வாய்கள் இருந்தன. இவற்றில் 30 சென்னை மாநகராட்சி பராமரிப்பிலும் 22 பொதுப்பணித்துறை பராமரிப்பிலும் இருந்தது. அதே போன்று 512 இடங்களில் நீர் வந்து விழும் இடங்கள் இருந்தன. இவை அனைத்தும் பெருவணிக நிறுவனங்களால் ஆக்கிரமிக்கப்பட்டுள்ளன. ஏழைகள் என்றால் இவற்றை உடனே அகற்றி இருப்பார்கள் பெரும் பணக்காரர்கள் என்பதால், சென்னை வெள்ளத்தில் மூழ்கினாலும் பரவாயில்லை; பெருந்தனக்காரர்களின் வசதிதான் முக்கியம் என்று இருந்து விட்டனர். ஒருங்கிணைந்த திட்டத்தின் முக்கிய திட்டமாக மழைநீர் வடிகால்வாய்கள் போதுமான அளவு வாட்டம் வைத்து தரமான முறையில் கட்டப்பட்டு ஆக்கிரமிப்பு ஏற்படாதவாறு பாதுகாக்க வேண்டும்.

முகத்துவாரம் மூடிக்கிடக்கலாமா?

மழை வெள்ளம் வடிவதற்கு ஆறுகள் கடலில் கலக்கக்கூடிய முகத்துவாரம் எப்பொழுதுமே பராமரிக்கப்பட்டு கொண்டிருக்க வேண்டும். சென்னை பெருநகரின் மழை வெள்ளம் கடலில் சேருவதற்கு 4 முகத்துவாரங்கள் உள்ளது. கொசஸ்தலை ஆறு முகத்துவாரம் 120 மீட்டர் அகலமும் கூவம் ஆறு முகத்துவாரம் 150 மீட்டர் அகலமும் அடையார் முகத்துவாரம் 300 மீட்டர் அகலமும் முட்டுக்காடு 100 மீட்டர் அகலமும் உள்ளது. இவற்றை எப்பொழுதும் நீரை கடலுக்கு தள்ளக்கூடிய முறையில் வைத்திருக்க வேண்டும். ஆனால் இந்த முகத்துவாரங்கள் மணல் திட்டுகள்மேடாகி கிடக்கிறது இதனால் வெள்ளத்தின் வேகம் தடைபட்டு கடலுக்குள் செல்லாமல் நகருக்குள் வலம் வருகிறது.மழை வெள்ளக்காலத்தில் பயன்படக்கூடிய முறையில் பக்கிங்காம் கால்வாயில் கூடுதலான வழி ஏற்படுத்தி கடலில் கலக்க செய்திட வேண்டும் என்ற ஆலோசனைகள் நிறைவேற்றப்படவில்லை.

நீர்நிலைகளும் தண்ணீர் வணிகமும்

சென்னையிலும் சென்னையைச் சுற்றிலும் இருக்கக்கூடிய நீர்நிலைகள் பாதுகாக்கப்பட வேண்டும். புதிய நீர்நிலைகளை அரசு திட்டமிட்டு உருவாக்க வேண்டும். இதனால் மூன்று முக்கிய பயன்கள் இருக்கிறது. மிக முக்கியமான ஒன்று தண்ணீர் வியாபாரத்தை, பெரும் கொள்ளையை தடுத்து நிறுத்த முடியும். இரண்டாவதாக நிலத்தடி நீரின் மட்டத்தை உயர்த்த முடியும். மூன்றாவதாக சென்னை நகரின் வெப்ப அளவு குறைந்து சுற்றுச்சூழல் பாதுகாக்க முடியும். இதனால் நோய்கள் குறைவாக ஆரோக்கியம் அதிகமாக ஏற்படுவதற்கான வாய்ப்பு இருக்கிறது.

சென்னையிலும் சென்னையை சுற்றிலும் 4100 நீர்நிலைகள் இருந்தன. தற்போது விரல் விட்டு எண்ணக்கூடிய நீர்நிலைகளாக சுருங்கி விட்டது. கீழ்கண்ட பெயர்களை படித்தாலே எந்த அளவிற்கு மாற்று ஏற்பாடு இல்லாமல் அனைத்தும் அழிக்கப்பட்டு வந்திருக்கிறது என்பதை புரிந்துகொள்ள முடியும்

நுங்கம்பாக்கம் ஏரி, தேனாம்பேட்டை ஏரி, வியாசர்பாடி ஏரி, முகப்பேர் ஏரி, திருவேற்காடு ஏரி, ஓட்டேரி, மேடவாக்கம், பள்ளிக்கரணை ஏரி, போரூர் ஏரி, அம்பத்தூர், ஆவடி ஏரி, கொரட்டூர் ஏரி, கொளத்தூர் ரெட்டேரி, வேளச்சேரி ஏரி, பெரும்பாக்கம் ஏரி, பெருங்களத்தூர் ஏரி, கல்லுக்குட்டை ஏரி, வில்லிவாக்கம் ஏரி, பாடியநல்லூர் ஏரி, வேம்பாக்கம் ஏரி, திருநின்றகூர், பாக்கம் ஏரி, விச்சூர் ஏரி, முடிச்சூர் ஏரி, சேத்துப்பட்டு ஏரி, சிட்லபாக்கம் ஏரி, மாம்பலம் ஏரி, கோடம்பாக்கம் ஏரி, அரசினர் தோட்ட ஏரி, ஆலப்பாக்கம் ஏரி, வேப்பேரி, விருகம்பாக்கம் ஏரி, கோயம்பேடு ஏரி, அல்லிக்குளம் இவை தவிர ஒரு நிறுவனங்களுக்குள்ளும் இருந்த குளங்கள் எல்லாம் அழிக்கப்பட்டுள்ளன. நிலத்தின் மதிப்புஉயர்கிறபோது குளங்கள் அழிக்கப்படுகிறது.

தற்போது மிகவும் குறைவான ஏரிகளும் நீர்நிலைகளில் இருக்கிறது. இவையும் கொஞ்சம் கொஞ்சமாக ஆக்கிரமிக்கப்பட்டு வருகிறது அரசு இவற்றை பாதுகாப்பதற்கு தீவிர நடவடிக்கை இதுவரை எடுக்கவில்லை. இருக்கிற நீர்நிலைகளை பாதுகாப்பதும் புதிய நீர்நிலை உருவாக்குவதும் அரசின் கடமை. அவற்றை ஏன் செய்ய தவறுகிறார்கள்; இதற்குப் பின்னால் இருக்கக்கூடிய பொருளாதார நலன் விரும்பிகள் யார்?

சென்னையில் தண்ணீர் வியாபாரம் அமோகமாக நடைபெற்று வருகிறது. தண்ணீர் என்பது மிக முக்கியமான விற்பனைச் சரக்காக மாற்றப்பட்டுவிட்டது. சென்னையில் கோடைக்காலத்தில் மட்டும் 5000க்கும் மேற்பட்ட தண்ணீர் லாரிகள் குடிதண்ணீரை விநியோகம் செய்கின்றன. தண்ணீர் கிடைக்காத பொழுது இவர்கள் தீர்மானிப்பது தான் விலையாக இருக்கும். வணிக நிறுவனங்கள், அடுக்குமாடி வளாகங்கள், உணவகங்கள், பெரிய ஓட்டல்கள், ஆழ்துளைகிணறுகளில் தரமான தண்ணீர் கிடைக்காத வீடுகள் என்று மிகப்பெரிய அளவிற்கு விற்பனை நடக்கிறது. இந்த தண்ணீரை வீட்டின் இதர தேவைகளுக்கு பயன்படுத்திக் கொள்கிறார்கள்.

இவை தவிர குடிநீர் கேன்கள் லட்சக்கணக்கில் விற்பனையாகிறது. தண்ணீர் என்ற இயற்கை அளித்த மிக அத்தியாவசியமான பொருள் மிகப்பெரும் சரக்காக திட்டமிட்டு மாற்றப்பட்டுள்ளது. சென்னையில் இந்த தண்ணீர் வியாபாரம் தலையாய வியாபாரமாக மாறிவிட்டது. ஆட்சியில் இருப்பவர்கள் ஆதரவோடு தான் அவர்களின் கொள்கையின் வழியில்தான் இந்த வியாபாரம் அமோகமாக நடைபெறுகிறது.

4100 நீர்நிலைகளும் 150 டிஎம்சி வரை கொள்ளளவு கொண்டது. சென்னை நகரத்திற்கு ஒரு மாதத்திற்கு ஒரு டிஎம்சி தண்ணீர் போதுமானதாக இருக்கும். நூற்றி ஐம்பது டிஎம்சி அல்ல... தற்போது இருக்கிற நீர்நிலைகளில் 50 டிஎம்சி தண்ணீரை தேக்கிவைத்தால் தண்ணீர் வியாபாரம் என்பது தடைபட்டுப் போகும்.

தமிழகத்திற்கும் சென்னைக்கும் போதுமான அளவு தண்ணீர் கிடைக்கிறது. இந்த தண்ணீரை மக்களுக்கு பயன்படுத்துவதற்கான கொள்கை அரசிடம் இல்லை. தண்ணீர் வணிகத்தை ஊக்குவிப்பதற்கு மற்றொரு செயலை உதாரணமாக சொல்லலாம்.

தமிழகத்திற்கு கிடைக்கும் நீரின் அளவு 4563 டிஎம்சி ஆகும். இவற்றின் மழையின் மூலமாக 4314.9 டிஎம்சி தண்ணீர் கிடைக்கிறது. வெளிமாநிலங்களிலிருந்து 249 டி எம் சி கிடைக்கிறது. இவற்றில் 885 டிஎம்சி நீர் நிலைகளில் சேமிக்கப்படுகிறது. 624.72 டிஎம்சி நிலத்தடி நீராக சேமிக்கப்படுகிறது. மீதம் இருக்கக்கூடிய 3054.18 டிஎம்சி தண்ணீர் கடலில் கலக்கிறது.

நீர்நிலைகளை பாதுகாக்காமல், மழைநீரை தேக்கி வைக்காமல், நிலத்தடி நீரை அதிகப்படுத்தாமல் இருக்கக்கூடிய

கொள்கைகளைதான் அரசு கடைபிடிக்கிறது. இதனால் மழைக்காலத்தில், வெள்ளத்தில் மிதக்க விடுவதும், வெயில் காலத்தில் குடங்களுடன் குடிநீருக்காக அலையவிடுவதும் பல்லாண்டுகால காட்சியாக இருக்கிறது. இந்த இரண்டுக்கும் பின்னால் தண்ணீரை வணிக மயமாக்கும் பொருளாதார நலன்சார்ந்த கொள்கைகள் இருக்கின்றன என்பது பட்டவர்த்தனமாக தெரிகிறது.

நிலத்தடி நீர் என்பது மிக அடிப்படையான தேவைகளில் ஒன்று. நிலத்தடி நீரை பாதுகாக்கக்கூடிய வகையில் தமிழகத்தில் மழை பெய்து கொண்டுதான் இருக்கிறது. ஆனால் நிலத்தடி நீரை பாதுகாப்பதற்கு எடுக்கும் நடவடிக்கையை விட நிலத்தடி நீரை உறிஞ்சுகிற நடவடிக்கைகள் வேகமாக நடந்து கொண்டு வருகிறது. அதிலும் கிணறுகளுக்கு மாற்றாக ஆழ்துளை கிணறுகள் கண்டுபிடிக்கப்பட்ட பிறகு நிலத்தடி நீர் அதிகமாக உறிஞ்சப்படுகிறது. அண்ணா பல்கலைக் கழக ஆய்வின்படி 1893ம் ஆண்டில் பரவலாக நீர்நிலைகள் இருந்தபொழுது 2 மீட்டர் ஆழம் உள்ள ஏரி அல்லது குளங்களில் நீர் தேங்கினால் 1335 மில்லியன் கியூபிக் அடி நிலத்தடி நீர் சேகரிக்கப்பட்டது. 2017ம் ஆண்டு நிலத்தடி நீரின் சேமிப்பு 339 மில்லியன் கியூபிக் அடி. இந்த 127 ஆண்டுகளில் மழையின் அளவு குறையவில்லை; ஆனால் நிலத்தடி நீரின் மட்டம் ஏன் குறைந்தது? நீர்நிலைகளை பாதுகாப்பதற்கான, உருவாக்குவதற்கான எந்த திட்டமும் இல்லாத வெற்று கோஷங்களாக அரசின் செயல்பாடுகள் இருந்ததனால் இந்த நிலத்தடி நீரின் மட்டம் படுவேகமாக குறைந்து வருகிறது.

மற்றொரு முக்கியமான அம்சம் அதிக நீர் நிலைகள் இருந்தால் சென்னையின் வெப்ப அளவு குறைந்து, சுற்றுச்சூழல் பாதுகாக்கப்பட்டு, நோய்கள் குறைந்த, ஆரோக்கியம் வளரும் என்ற அம்சமும் இதில் அடங்கியிருக்கிறது.

உயிரோட்டமான உள்ளாட்சி

உள்ளாட்சி அமைப்புகள் உயிரோட்டமாக செயல்படுவதுதான் மக்கள், ஆட்சியில் நேரடியாக பங்கு கொள்வதற்கும் ஜனநாயக நடவடிக்கைகளில் ஈடுபடுவதற்கும் அடிப்படையாகும். மக்கள், இயற்கை பேரிடர்களை சந்திக்கும்போது உள்ளாட்சி அமைப்புகளே மக்களிடம் நெருக்கமான தொடர்பு வைத்து செயல்பட முடியும். ஆனால் இன்றைக்கு இந்தியாவில் மாநகராட்சி தொடங்கி ஊராட்சி வரை உள்ளாட்சிகள் செயலற்று இருக்கிறது. நிதி இல்லாமல், அதிகாரம் இல்லாமல் அடங்கிக் கிடப்பதும் நடக்கிறது.

இப்போது சென்னை மாநகராட்சிக்கு 2016ம் ஆண்டு முதல் தேர்தல் நடைபெறவில்லை. சென்னை மாநகராட்சி இப்படி பல காலங்கள் முடங்கிப் போயிருக்கிறது. பிரிட்டிஷ் ஆட்சி தனது நாட்டிற்கு வெளியே 1688ல் சென்னை நகராட்சியை உருவாக்கியது. 1746 சென்னையின் மீது பிரெஞ்சு படைகள் தாக்குதல் நடத்தியபோது சென்னை நகராட்சி செயல்படவில்லை. மீண்டும் 1753ம் ஆண்டு செயல்பட ஆரம்பித்தது.

1973ம் ஆண்டு மஸ்டர் ரோல் ஊழல் நடைபெற்ற பொழுது சென்னை மாநகராட்சி கலைக்கப்பட்டது. அதன் பிறகு 1996-ல் அரசியல் சட்டத்திருத்தம் 73 மற்றும் 74 பிரிவு கொண்டு வந்த பிறகு 1996ம் ஆண்டு உள்ளாட்சித் தேர்தல் நடைபெற்றது. சென்னை மாநகராட்சி தேர்தலில் மேயர் பதவிக்கு போட்டியிட்டு மு.க. ஸ்டாலின் வெற்றி பெற்றார். இக்காலத்தில்தான் மெட்ராஸ் என்ற பெயர் சென்னை என மாற்றப்பட்டது. சிங்காரச் சென்னை திட்டம் அறிவிக்கப்பட்டு பாலங்கள், பூங்காக்கள் பல உருவாக்கப்பட்டன. தமிழகத்தில் எம்ஜிஆர் ஆட்சியில் இருந்த காலத்தில் உள்ளாட்சித் தேர்தல் நடைபெறவில்லை. எடப்பாடி பழனிச்சாமி ஆட்சியில் இருந்த காலத்திலும் சென்னை மாநகராட்சி தேர்தல் நடைபெறவில்லை.

கோட்பாட்டளவில் மேயர் என்பவர் அந்த மாநகரின் அதிகாரம் படைத்தவர். அவருக்கு கீழேதான் தலைமைச் செயலகம் உட்பட அனைத்தும் இருக்கும். அமெரிக்காவில் இரட்டைக் கோபுரம் தகர்க்கப்பட்ட பொழுது அனைத்து முடிவுகளும் அந்த நகரத்தின் மேயர் தலைமையில்தான் எடுக்கப்பட்டது. ஏன் கேரளாவில் தொற்று ஏற்பட்ட பொழுது அந்த மாநிலம் அதை வெற்றிகரமாக எதிர் கொண்டதற்கு உள்ளாட்சி அமைப்புகளே அடிப்படை காரணம். ஆனால் சென்னை மாநகராட்சிக்கு, தமிழகத்தில் இருக்கக்கூடிய இதர உள்ளாட்சி அமைப்புகளுக்கு இப்படிப்பட்ட அதிகாரங்கள் இல்லை. மேயர், கவுன்சிலர், நகராட்சித் தலைவர், வார்டு உறுப்பினர்களுக்கு மக்களுடன் நேரடியாக தொடர்புகளை ஏற்படுத்தி செயல்பட வாய்ப்பு உள்ளது. 2015ம் ஆண்டு சென்னையில் வெள்ளம் ஏற்பட்ட பொழுது ஒவ்வொரு முடிவையும் முதலமைச்சரிடம் இருந்து பெற வேண்டிய நிலைமை இருந்ததால்தான் நிலைமை சிக்கலானது. ஒருங்கிணைந்த திட்டங்கள் நிறைவேறுவதற்கு உயிரோட்டமான உள்ளாட்சி அமைப்புகளின் செயல்பாடு அடிப்படையான தேவையாகும்.

சிங்காரச் சென்னையும் புதிய அரசும்.

புதிதாக பொறுப்பேற்றுள்ள திராவிட முன்னேற்றக் கழக அரசு 2021-22 நிதிநிலை அறிக்கையில் சிங்காரச் சென்னை 2.0 திட்டத்தை அறிவித்துள்ளது. இதற்காக மாநில அரசு 500 கோடி ரூபாய் ஒதுக்கி உள்ளது. இந்தத் திட்டத்திற்கு உலக வங்கி 150 மில்லியன் டாலர் நிதி ஒதுக்கீடு செய்துள்ளது. சென்னை நகர பங்குதாரர் என்ற முறையில்(Chennai City Partnership) இத்திட்டம் செயல்படும். இந்தத் திட்டம் நீராதார மேலாண்மை, நீர் வினியோகம், கழிவுநீர் சேவை, நகர்மய மாற்றங்கள், சுகாதாரம், திடக்கழிவு மேலாண்மை போன்ற துறைகளை மேம்படுத்த இந்த திட்டம் செயல்படுத்தப்படும். மேலும் 2021-22 நிதிநிலை அறிக்கையில் பாதாள சாக்கடை திட்டத்திற்கு ரூ.2056 கோடி, ஒருங்கிணைந்த மழைநீர்வடிகால்வாய் திட்டத்தின் கீழ் கொசஸ்தலையாறு வடிகால்வாய் அமைக்க ரூ.87 கோடி, பொலிவுறு நகரம் (Smart City) திட்டத்திற்காக ரூ.2350 கோடி ஒதுக்கப்பட்டுள்ளது. இவை தவிர நகர்ப்புற மக்களின் அபிலாஷைகளை பூர்த்தி செய்ய கலைஞர் நகர்புற மேம்பாட்டு திட்டம் என்ற புதிய திட்டத்திற்கு ரூ.1,000 கோடி ஒதுக்கப்பட்டுள்ளது. உலகவங்கியின் ஒதுக்கீடு இல்லாமல் தமிழக அரசு அறிவித்துள்ள ஒதுக்கீடுகள் சுமார் ரூ.3600 கோடிகள் வருகிறது. உலகவங்கியின் ஒதுக்கீடுகளையும் சேர்த்தால் ரூ.5000 கோடி வரை ஒதுக்கப்பட்டுள்ளதாக அறிவிக்கப்பட்டுள்ளது.

சிங்காரச் சென்னை மீண்டும் அறிவிக்கப்பட்டிருப்பது மட்டுமே பிரச்சனைக்கு தீர்வாகாது. வெள்ளம் ஏற்படும்போது அதை எதிர்கொள்ள அடிப்படை கட்டமைப்புகளை மேம்படுத்துவதற்கான ஒருங்கிணைந்த திட்டங்கள் இந்த நிதிநிலை அறிக்கையில் இருப்பதாக தெரியவில்லை. எனவே புதிய அரசு எடுக்கும் முயற்சிகள் ஒருங்கிணைந்த திட்டத்தின் அடிப்படையில் இருந்தால் பயனுள்ளதாக அமையும். இல்லையென்றால் சிங்காரச் சென்னை மீண்டும் தோல்வி அடைவதற்கான வாய்ப்புகள் அதிகம்.

நிறைவாக

ஆக்கிரமிப்புகளை அகற்றுவதற்கு பாரபட்சமற்ற நடவடிக்கையும், நகர்ப்புற ஏழைகளின் இருப்பிடங்களுக்கு உத்தரவாதமான, பாதுகாப்பான ஏற்பாடுகளையும் செய்ய கூடிய அணுகுமுறை தேவை.

சென்னையில் இருக்கக்கூடிய நீராதாரங்களை பாதுகாப்பதும், புதிய நீராதாரங்களை உருவாக்குவதும் அவசியமானது.

நிலத்தடி நீரை பாதுகாக்க மழைநீர் சேகரிப்பு திட்டத்தை குடியிருப்புகளிலும், பொது இடங்களிலும், அரசு மற்றும் தனியார் நிறுவன கட்டிடங்களிலும், கண்டிப்பாக அமலாக்க வேண்டும்.

சென்னை நகரில் பழமை வாய்ந்த கழிவு நீர் குழாய்களை மாற்றி அமைப்பது, அனைவருக்கும் இணைப்பு கொடுத்து கழிவுநீர் கட்டமைப்பை மேம்படுத்த வேண்டும்.

கழிவுநீர் சுத்திகரிப்பு நிலையங்களை நவீன முறையில் அமைத்து அந்தநீரை பயன்படுத்துவதற்கான கட்டமைப்பை உருவாக்கவேண்டும்.

மழைநீர்வடிகால்வாய் சென்னை மற்றும் புறநகர் பகுதிகளில் தேவையான அளவு உருவாக்கி, அறிவியல் பூர்வமாக செயல்படுத்த வேண்டும்.

மழை நீரை வெளியேற்றும் ஆறுகளில் கழிவுநீர் கலக்காமல் தனி குழாய்கள் அமைத்து அவற்றை வெளியேற்றுவதற்கான ஏற்பாடும், சுத்திகரிப்புக்கான ஏற்பாடுகளையும் செய்ய வேண்டும்.

ஆறுகளின் அகலத்தை குறைக்காமல் இயல்பான நீர் வெளியேறுவதற்கான முறையில் பராமரிக்க வேண்டும்.

சென்னையில் ஓடக்கூடிய ஆறுகளின் துவாரங்களை எப்போதும் உயிரோட்டமாக வைத்துக்கொண்டு மணல் திட்டுகளை அகற்றி செயல்படுத்தப்பட வேண்டும்.

சென்னைக்குள் இருக்கக்கூடிய நீர் வழித்தடங்களில் ஆக்கிரமிப்புகளை அகற்றி மழைநீர் வடிவதற்கான உரிய ஏற்பாடுகளை செய்ய வேண்டும்.

மேற்கண்ட அனைத்தையும் ஒருங்கிணைத்து ஏககாலத்தில் திட்டத்தை அமல்படுத்தினால்தான் சென்னை நகர மக்கள் இயல்பான வாழ்க்கை நடத்தமுடியும். இல்லையெனில் நகர வாழ்க்கை நரக வாழ்க்கையாக மாறும்.

2

சென்னையின் மறுபக்கம்

தீக்கதிர் பொன்விழா சிறப்பு மலரில் (16.02.2015) வெளியானது.

சென்னை மாநகரம் உருவாகி 375 ஆண்டுகள் உருண்டோடிவிட்டன. 375 -ம் ஆண்டை சென்னை மாநகராட்சியும், அரசும், பல அமைப்புகளும் கொண்டாடினர். சிறப்பிதழ்களும் வெளியிடப்பட்டன. விரிந்த எல்லைகளையும், உயர்ந்த கட்டிடங்களையும், நீண்ட சாலைகளையும், வாழ்ந்து மறைந்த பிரபலங்களையும், தலைவர்களையும் பறைசாற்றி முடித்துக் கொண்டனர். மொத்தத்தில் மாற்றத்தையும், புறத்தோற்றத்தையும் வெளிப்படுத்தினர். இதற்கு பின்னால் அடித்தளமாக புதைந்து போன மக்களைப் பற்றி மறைத்து, வழக்கம் போல் வரலாற்றில் தனிநபர்களை மட்டும் முன்னிறுத்தினர். சென்னை - முதலாளித்துவ அமைப்பு வளர்ச்சியின் அடையாளம். முதலாளித்துவ அமைப்பு வர்க்க மோதலின்றி இருக்க முடியாது. அதுவே, சென்னை நகர வரலாற்றின் மைய்ய அம்சமாக இருந்துள்ளது.

சென்னையில் தற்போது உள்ள புனித ஜார்ஜ் கோட்டை பகுதியை 1639 –ல் கிழக்கிந்திய கம்பெனியை சேர்ந்த பிராசிஸ்டே என்பவர் வியாபார நோக்கத்திற்காக வாங்கினார். முதலில் பொருட்களின் பாதுகாப்பு கிடங்காக கட்டப்பட்டது. பிறகு கோட்டையாக மாற்றப்பட்டது. அருகில் இருந்த கிராமங்கள் வாங்கப்பட்டு இணைக்கப்பட்டன. கோட்டை வடக்கே வெள்ளையர்களும், வியாபாரம் செய்யும் உள்ளூர் வணிகர்களும், அவர்களுக்கு உதவி செய்ய "துபாஷி" என்னும் இருமொழி பேசும் மொழிபெயர்ப்பாளர்களும் குடியேறினர். தேவைக்கு ஏற்ப வெள்ளையர்கள் பங்களா கட்டிட "எழும்பூரை" வாங்கி குடியேறினர்.

நவீன சமூகத்தின் அடையாளங்களாக திகழ்கின்றவை முதலில் சென்னையில் உருவாகின. பிரிட்டனுக்கு வெளியே உருவான முதல் நகராட்சி சென்னை நகராட்சி (1688) ஆகும். லண்டன் மாநகர் உட்பட ஏனைய இந்திய பெருநகரங்களுக்கு டிராம்கள் ஓடுவதற்கு ஆறு ஆண்டுகளுக்கு முன்பே சென்னையில் டிராம்கள்

ஓடத்தொடங்கின. முதன்முதலில் சென்னை கோட்டையில் 1664 –ல் மேற்கத்திய பாணி அரசு பொது மருத்துவமனை அமைந்தது. 1856 ஜூலையில் சென்னை - ஆற்காடு இடையே முதல் ரயில் இயக்கப்பட்டது.

சென்னை நகரம் பிரிட்டிஷாரால் முற்றிலும் வணிகமயமாகவே உருவாக்கப்பட்டது. மாகாணத்தின் நிர்வாக தலைநகராக வளர்ச்சி பெற்று, சென்னை பல்கலைக்கழகம் 1887-ல் அமைந்த உடன் கல்வி மைய்யமாக மாறியது. இரும்பு, நிலக்கரி இரண்டுமே மாகாணத்தில் இல்லை. எனவே, மலிவான மின்சாரம் இல்லாததால் கனரக தொழில்கள் வளரவில்லை. சென்னையில் இயங்கிய ஒரே பெரிய தொழிலான பஞ்சாலையில் 11,000 தொழிலாளர்கள் பணிபுரிந்தனர். அடுத்து 1928 –ல் உருவான விம்கோ (Wester India Matel Company) தீப்பெட்டி கம்பெனியில் 800 தொழிலாளர்கள் பணிபுரிந்தனர்.

சவுத் இந்தியா இண்டஸ்டிரிஸ் நிறுவனம், சென்னையில் நிறுவிய இந்தியாவின் முதல் சிமெண்ட் ஆலையில் 220 பேரும், பெரம்பூரில் அமைக்கப்பட்ட மதராஸ் - தென் மராத்தா ரயில்வே கம்பெனியில் 1914 -ல் 5500 தொழிலாளர்களும், 1907 -ல் பேசின் பிரிட்ஜில் அமைக்கப்பட்ட அனல் மின் நிலையத்தில் 400 தொழிலாளர்களும் பணிபுரிந்தனர். 1850 -ல் தங்கசாலையில் அரசு அச்சகத்தில் 1500 தொழிலாளர்கள் பணிபுரிந்தனர்.

சென்னை முதலாளித்துவ அமைப்பு வளர்ச்சியின் அடையாளம். முதலாளித்துவ அமைப்பு வர்க்க மோதலின்றி இருக்க முடியாது. அதுவே, சென்னை நகர வரலாற்றின் மைய்ய அம்சமாக இருந்துள்ளது.

எண்ணெய் சேமிப்பு அமைப்புகளில் 775 ஊழியர்களும், 60 அச்சகங்களில் 5000 ஊழியர்களும், சென்னை குரோம் தோல் பதனிடும் தொழிலில் 5000 தொழிலாளர்களும், சென்னையில் அப்போது இயங்கி வந்த 9000 தறிகளில் பல ஆயிரம் தொழிலாளர்கள் பணிபுரிந்தனர். திருவல்லிக்கேணி, வண்ணார பேட்டையில்

சென்னை சென்ட்ரல் இரயில் நிலையம் - 1925

பீடித்தொழிலில் (பெரும்பாலும் சிறுவர்கள்) 4000 பேர் பணிபுரிந்தனர்.

“முதலாளித்துவம் எங்கிருந்தாலும் அதன் இயல்பு சுரண்டல். மூலதனத்தின் மயிர்க்கால்கள் அனைத்தும் உழைப்பாளிகளின் இரத்தத்தை உறிஞ்சும் சக்தியுடையது” என்ற மார்க்சின் வார்த்தைகளுக்கு சென்னை முதலாளித்துவம் விதிவிலக்கல்ல. இங்கும் பஞ்சாலைகளில் 18 மணிநேரம், அரிசி ஆலைகளில் 20 மணி நேரம், அச்சகத்தில் 22 மணி நேரம் என்று வாரத்தின் ஏழு நாட்களும் தொழிலாளர்கள் கசக்கி பிழியப்பட்டார்கள். சிறுவர்கள்கூட 10 முதல் 14 மணி நேரம் வேலை செய்தனர்.

வேலை நேரம் மட்டுமல்ல வேலைத்தளமும் வெறுப்பூட்டுவதாக இருந்தது. காற்றோட்டமற்ற, குறுகலான இயந்திரங்களிடையே இடைவெளியற்ற இருட்டறையாக பல தொழிற்சாலைகள் அமைந்திருந்தன. குடிநீர், கழிப்பிட வசதிகள் இல்லை. மண்ணெண்ணெய் கிடங்கு தொழிலாளர்களுக்கு கண் நோயும், அச்சக தொழிலாளர்கள் ஈய நச்சூட்டத்தாலும் பாதிக்கப்பட்டனர். 1935 –ல் தொழிலாளர்கள் நிலை சிறைக் கைதிகளைவிட மோசமாக இருந்தது என்றால் 1918–ல் எப்படி இருந்திருக்கும் என்று நினைத்துப் பார்க்கவே பயங்கரமாக உள்ளது.

வேலைதளம் மட்டுமல்ல, வாழ்விடம் அதைவிடக் கொடூரமாக இருந்தது. அப்போதைய நிலவரப்படி 1929-ல் ராயல் கமிஷன் அறிக்கைபடி சென்னை மக்கள் தொகையில் 1,50,000 பேர்கள் 2500 ஓரறையில் வசித்தனர். ஒரு வீட்டில் மூன்று அல்லது நான்கு குடும்பங்கள் அடைபட்டுக் கிடந்தனர். மிகவும் ஏழ்மையான தொழிலாளர்கள் சேரிகளில் தென்னங்கீற்று, மண்ணெண்ணெய் டின் தகரம் வேய்ந்த கூரையில் வாழ்ந்தனர். இக்குடிசைகளில் ஒளியும் புகாது, காற்றும் புகாது. சன்னல் கிடையாது. சென்னை நகரில் மக்கள் தொகையில் 33 விழுக்காடு வசித்த இம்மக்களுக்கு மாநகராட்சி வழங்கிய தண்ணீரின் அளவு, அவர்களுக்கு தேவைப்படும் தண்ணீரில் 5 விழுக்காடு மட்டும்தான். இந்த மோசமான 'வசதி' கூட ஆயிரக்கணக்கான தொழிலாளர்களுக்கு கிடைக்காமல் தெருவோரங்களில் வாழ்ந்தனர்.

எனவே, வேலைத்தள சூழலும், வாழ்விட நெருக்கடியும், முதல் தலைமுறை தொழிலாளர்களால் சகித்துக் கொள்ள முடியவில்லை. மரபுசார்ந்த கிராமப்புற பந்தங்களுக்கு பதிலாக முகம் தெரியாத உறவு, வேகமான பணி, கடுமையான கட்டுப்பாடு, சிறுதவறுகளுக்கு அபராதம் போன்றவை கசக்கச் செய்தது. எனவே, இதிலிருந்து விடுபட முடியாத சூழலில் மாற்றம் நோக்கி பயணித்தனர். பல இடங்களில் போராட்டங்களும் ரகளைகளும் நடந்தன.

குறிப்பாக 1892-ல் அச்சுத் தொழிலில் தனிப்பட்ட எதிர்ப்புகள் கடந்து கூட்டுக்கலகங்கள் நடந்தது. 1873-ல் பக்கிங்காம் ஆலையில் வேலைநிறுத்தம், 1889-ல் கர்னாட்டிக் ஆலையில் வேலை நிறுத்தம், 1892-ல் அச்சகத்துறையில் வேலைநிறுத்தம், ரயில்வே தொழிலாளர்கள் வேலைநிறுத்தம் என தொடர்ந்தன. ஆரம்பத்தில் தனிப்பட்ட எதிர்ப்புகள், பின்னர் கூட்டு ரகளையாக மாறி, பல இடங்களில் வேலை நிறுத்தங்களாக வெளிப்பட்டன.

மேற்கண்ட் பின்னணியில்தான் பக்கிங்காம் கர்னாட்டிக் பஞ்சாலை தொழிலாளர்கள், டிமலர்ஸ் சாலையில் துணிக்கடை நடத்தி வந்த கெல்வதி செட்டியார், அரிசி மண்டி நடத்தி வந்த இராமலு நாயுடு பங்குபெற்றிருந்த பஜனை மடத்திற்கு சென்றனர். தொழிலாளர்களின் நிலை கருதி இருவரும் அவர்களுக்கு உதவினர்.

இதன் தொடர்ச்சியாக 1918-ம் ஆண்டு "சென்னை தொழிலாளர் சங்கம்" அமைக்கப்பட்டது. இதுதான் இந்தியாவில் அமைக்கப்பட்ட முதல் தொழிற்சங்கமாகும். கொந்தளிப்பான சூழலில் ஆரவாரமின்றி சங்கம் அமைக்கப்பட்டது. இதன் பிறகு இச்சங்கத்தில் திரு.வி.க., கேசவபிள்ளை போன்றவர்களும் வழிநடத்தினர். இதனைத் தொடர்ந்து 1918-ல் சென்னை டிராம்வே தொழிலாளர் சங்கம், 1919-ல் அச்சக தொழிலாளர் சங்கம், 1920-ல் இரும்பு மற்றும் பொதுத்தொழிலாளர் சங்கம், 1920-ல் 3000 துப்புரவு தொழிலாளர் பணிபுரிந்த "சென்னை நகர துப்புரவு தொழிலாளர் சங்கம்" என்று நாளொரு வண்ணம், பொழுதொரு சங்கம் உருவாகிக் கொண்டே இருந்தது.

1920 மார்ச் 21-ல் "சென்னை மாகாண தொழிலாளர் மாநாடு" நடைபெற்றது. பதினைந்திற்கும் மேற்பட்ட சங்கங்கள் இந்த மாநாட்டில் பங்கு பெற்றன. இந்த மாநாட்டில் நிறைவேற்றப்பட்ட தீர்மானம் முக்கியமானது.

சென்னை மாகாண சட்டமன்ற தேர்தலில் தொழிலாளர்களுக்கு வாக்குரிமை அளிக்க வேண்டும். சட்டமன்றத்தில் தொழிற் சங்கங்களுக்கு பிரதிநிதித்துவம் வேண்டும். தொழிற்சங்கத்தில் நிர்வாகிகளாக வெளியார் கூடாது என்பதை எதிர்த்தும், விடுமுறை, குறைந்தபட்ச ஊதியம், பெண்கள் பணி நிலை ஆய்வு என தீர்மானங்கள் நிறைவேற்றப்பட்டன.

தனிநபர் எதிர்ப்பு, ரகளை, போராட்டம், தொழிற்சங்க அமைப்பாக மாறிய சூழலில் மார்க்சிய கருத்துக்கள் உதித்தன. தோழர் சிங்காரவேலர், கம்யூனிச இயக்க தலைவர்களுடன் தொடர்பை, தொழிற்சங்கத்தை அடுத்த கட்டத்திற்கு அழைத்துச் சென்றார். 1923 ம் ஆண்டு மே மாதம் 1 -ம் தேதி மேதின கொடியினை இந்தியாவில் முதன்முறையாக சென்னையில் ஏற்றினார். தொடர்ந்து சிங்காரவேலர் கம்யூனிச கருத்துக்களையும், தொழிலாளர் இயக்கங்களையும் வழிநடத்தினார். 1930-ம் ஆண்டுகள் துவங்கிய பல தொழிற்சங்க போராட்டங்களை கம்யூனிஸ்டுகள்

நடத்தினர். தொழிலாளர்களிடம் இடதுசாரி சிந்தனைகள், சோசலிச சிந்தனைகளை வளர்த்தனர். தொழிலாளர் வர்க்க விடிவு நாட்டு விடுதலையுடன் இணைந்துள்ளது என்பதையும் பிரச்சாரம் செய்து விடுதலைப் போராட்டத்தில் ஈடுபடுத்தினர். இதன் விளைவுகள் விடுதலை போரில் வெளிப்பட்டது.

விடுதலை காலத்திலும் அதற்கு பிறகும் கம்யூனிஸ்டுகள் தலைமையில் விவசாய எழுச்சி தெலங்கானாவில் துவங்கி தேபாகா வரையில் நடைபெற்றது. தமிழகத்தில் தென்பரையில் துவங்கி வெண்மணி வரை நீண்டது. இக்காலத்தில் 1965-க்கு பிறகு சென்னையில் மீண்டும் போராட்ட கொதிகலன்கள் உருவாகின. பெஸ்ட் அன்கோ, சதர்ன் ஸ்ட்ரக்ச்சுரல், விம்கோ, பின்னி என போராட்டங்கள் 1965 துவங்கி 70-ம் ஆண்டு வரை நடைபெற்றுள்ளன. எனினும், சிம்சன், எம்.ஆர்.எப் போராட்டங்கள் சென்னை தொழிலாளர்களுக்கு ஒரு மைல்கல்லாக அமைந்தது.

சிம்சன் முதலாளி, தொழிற்சங்கம் நிர்வாக ஒப்புதலுடன் இருக்க வேண்டும் என்றும், வெளியார் தலைமை ஏற்க கூடாது என்றும், கம்யூனிஸ்டுகள் தொழிற்சங்கத்தில் உறுப்பினராக அனுமதித்தால் தொழிற்சங்க உரிமை ரத்தாகும் என்றும் அறிவித்து அதை அமலாக்கினார். இதற்காக அனைத்து முதலாளிகளுக்கும் ஒரு புத்தகம் எழுதிக் கொடுத்து அதையே அனைவரும் கடைபிடித்தனர். 1972-ம் ஆண்டு சிம்சனில் துவங்கிய போராட்டம் இதை தவிடு பொடியாக்கியது.

ஆஸ்பெஸ்டாஸ் கூரையில்
ஆங்கில பள்ளியை
தொடாங்கி, வீட்டில் இருந்து
சைக்கிளில் வந்த தனியார்
பள்ளி தனவான்கள்
இன்று
விலை உயர்ந்த கார்களில்
வலம் வருகின்றனர்.
கொஞ்சம் முதலீடு;
கொள்ளை லாபம்.

தோழர்கள் வி.பி.சிந்தன், பி.இராமமூர்த்தி போன்ற தலைவர்கள் தன்னெழுச்சி போராட்டங்கள் தோல்வியில் முடியும் என்பதை உணர்த்தி, அமைப்பை நம்பி, வர்க்க ஒற்றுமையை பேணுவித்து, அனைத்து சங்கங்களையும் ஒன்றிணைத்து, தொழிலாளர்களுக்கு ஒற்றுமையின் மீது நம்பிக்கை ஏற்படுத்தி சிம்சன் போராட்டத்தை

நடத்தினர். "இரும்புக்கரம் கொண்டு அடக்குவேன்" என்றவர்களை தொழிலாளர்கள் ஒற்றுமை என்ற "உழைக்கும் கரம்" கொண்டு தூக்கி எறிந்தார்கள். சென்னை மாநகரின் ஒரு மூலையில் அமைந்திருந்த மூலக்கடையில் தோழர் வி.பி.சிந்தனை சரமாரியாக, தொழிலாளி வர்க்க விரோதிகள் வெட்டினர். தோழர் வி.பி.சி., சிந்திய ரத்தம், சென்னை மாநகர முதலாளிகளை செந்தணலாக சுற்றி வளைத்து, தொழிலாளர்களுக்கு வெளிச்சமாக வழிகாட்டியது.

மூலக்கடையில் தோழர் வி.பி.சிந்தனை சரமாரியாக, தொழிலாளி வர்க்க விரோதிகள் வெட்டினர். தோழர் வி.பி.சி., சிந்திய ரத்தம், சென்னை மாநகர முதலாளிகளை செந்தணலாக சுற்றி வளைத்து, தொழிலாளர்களுக்கு வெளிச்சமாக வழிகாட்டியது.

எனவே, முதலாளிகள், தொழிலாளர்கள் தேர்வு செய்த தலைவர்களை அங்கீகரித்தனர். தொடர்ந்து டிவிஎஸ், வேலன், பால்பண்ணை, பஸ் தொழிலாளர்கள், பின்னி ஸ்டாண்டர் மோட்டார்ஸ் என வர்க்கப் போராட்டத்தின் வார்ப்படமாக சென்னை மாறியது. காலங்களும், கோரிக்கைகளும் மாறிக் கொண்டே இருக்கிறன.

1996ம் ஆண்டு மெட்ராஸ் என்ற பெயரில் இருந்து சென்னையாக மாறிய தமிழகத்தின் தலைநகர் இன்று உலக நகரமயமாக்கல் போட்டியில் 37வது இடத்தில் உள்ளது. 2011 செப்டம்பரில் இருந்து 176 சதுர கிலொ மீட்டர் என்பதில் இருந்து மாறி 426 சதுர கிலொ மீட்டராக விரிவடைந்திருக்கிறது. 2011 கணக்கெடுப்பின்படி சென்னையின் மக்கள் தொகை 87 லட்சம். சென்னை மற்றும் அதன் புறநகர் பகுதிகளில் 19 சிறப்பு பொருளாதார மண்டலங்கள் அமைந்துள்ளன. பன்னாட்டு தொழிற்சாலைகள், சிறு, குறு மற்றும் பெரும் தொழிற்கூடங்கள் உருவாக்கம், சென்னை நகரை நோக்கி வேலை தேடி குடிபெயரும் மக்கள் எண்ணிக்கையை 24 சதவீதம் அதிகரித்துள்ளது.

ஆட்டோமொபைல், பார்மாசூட்டிகல்ஸ், தோல், தகவல் தொழில் நுட்பம் சார்ந்த சேவை பணிகள் சென்னையில் பெருகி உள்ளன. தகவல் தொழில்நுட்பம் சார்ந்த சேவை பணிகளில் கிட்டதட்ட 4 லட்சம் பேர் பணிபுரிகின்றனர். தமிழகத்தில் உள்ள 1,700 கம்பெனிகளில் பெரும்பகுதி சென்னையில் உள்ளன. தகவல் தொழில் நுட்பம் மற்றும் அதை சார்ந்த தொழில்களில் வேலை செய்வோருக்கு பணி பாதுகாப்பு இல்லை.

சென்னையில் மிகவும் லாபம் கொழிக்கும் தொழில், கல்வி வியாபாரம்தான். ஆஸ்பெஸ்டாஸ் கூரையில் ஆங்கில பள்ளியை தொடங்கி, வீட்டில் இருந்து சைக்கிளில் வந்த தனியார் பள்ளி தனவான்கள் இன்று விலை உயர்ந்த கார்களில் வலம் வருகின்றனர். ஆனால், இங்கு கழிப்பறை வசதியோ, நல்ல குடிநீரோ கிடைக்காது. கொஞ்சம் முதலீடு; கொள்ளை லாபம்.

சென்னையில் 38 பெரிய மருத்துவமனைகள், 17 மருந்து விநியோக மையங்கள், 4 நர்சிங் ஹோம்கள், சித்த, ஆயுர்வேத, யுனானி, ஹோமியோபதி மருத்துவமனைகள் தலா 1 வீதம் உள்ளன. இவை தவிர வார்டு வாரியாக ஆரம்ப சுகாதார நிலையங்களும் உள்ளன. இவை சென்னை மக்களின் தேவைக்கும், வளர்ச்சிக்கும் ஏற்ற வகையில் போதிய மருத்துவ வசதிகளோடு இல்லை. போதுமான டாக்டர்களும் இல்லை. சுகாதாரத்தை பேண வேண்டிய மருத்துவமனைகளில் சுகாதார சீர்கேடு கொடி கட்டிப் பறக்கிறது. அரசு மருத்துவமனைகளின் அவலத்தால், அலட்சியத்தால் தனியார் மருத்துவமனைகள் கொழுத்துக் கொண்டிருக்கின்றன.

சென்னையின் சாலை போக்குவரத்து 2780 கிலோ மீட்டர். சென்னை மாநகர போக்குவரத்து கழகம் சார்பில் 3531 பஸ்களும், 100 சிறிய பஸ்களும் இயக்கப்படுகின்றன. மக்கள் தொகைக்கு ஏற்ப பஸ்களின் எண்ணிக்கை உயர்ந்தபாடில்லை. பஸ்கள் முறையாக பராமரிக்கப்படுவதும் இல்லை. கட்டணத்தை மட்டும் உயர்த்தி விடுவார்கள். வாகனங்களின் பெருக்கம், போக்குவரத்து வசதிக்கு ஏற்ப சாலைகள் விரிவுபடுத்தப்படுவதும் இல்லை; பராமரிக்கப்படுவதும் இல்லை. ரோடு போட்டு விட்டு போனதும், யாராவது சென்று சிறுநீர் கழித்தாலே ரோடு சேதமடைந்து விடுகிறது. மழை பெய்தால் கேட்கவா வேண்டும். மழைக்காலத்தில் மழை நீரும், கழிவு நீரும் கலந்து தெருக்களில் ஓடும்.

நகர்புற ஏழைகளும், அமைப்புசாரா தொழிலாளர்களும்

குவிந்துள்ள சென்னையில் அவர்களது வாழ்விடம் குடிசைபகுதிகளில்தான் அதிகம், சென்னை மக்கள் தொகையில் பெரும்பகுதி மக்கள் ஆவணங்களற்றவர்களாக வாழ்கிறார்கள். கோயில் நிலம், நீர்வழி கரையோரம், அரசு நிலம் என்று இந்த பட்டியல் நீண்டுகொண்டே போகும். 1929-ம் ஆண்டு ராயல் கமிஷன் அறிக்கைபடி அன்றைக்கு குடிசையில் வாழ்ந்தவர்கள் சென்னை மக்கள் தொகையில் 33 விழுக்காடு. 2011-ல் அரசு கணக்கின்படி குடிசையில் வாழ்வோர் 25.6 விழுக்காடு. உண்மையில் இது 40 விழுக்காடு வரையில் இருக்கிறது. அதே போன்று 1929 -ல் ஓரறையில் வாழ்ந்தவர்கள் 25 விழுக்காடு. இன்றும் 2011 -ல் ஓரறை குடியிருப்புகள் 3.5 லட்சம் குடும்பங்கள் அதாவது 25 விழுக்காடை தாண்டி இருக்கிறது. 375 ஆண்டுகளில் அடித்தள மக்களின் வாழ்க்கையில் என்ன மாற்றம் என்பதை இந்த வாழ்விட விவரங்கள் தெரிவிக்கும். அன்று பஞ்சாலைகளிலும், அச்சகத்திலும், ரயில்வேயிலும் போராட்டங்கள் வெடித்தன. இன்றும் மோடி வித்தைகளையெல்லாம் தவிடுபொடியாக்கி பாரம்பரியம் மிக்க பஞ்சாலைகள் முதல் பாக்ஸ்கான் வரை போராட்ட அலைகள் தொடர்கின்றன.

எனவே, நகர்புறத்தில் பெரும்பகுதி மக்கள் குடியிருப்புக்காக, குடிநீருக்காக, மருத்துவத்திற்காக, கல்விக்காக, வேலைக்காக தவிக்க வேண்டிய நிலைக்கு தள்ளப்பட்டிருக்கிறார்கள். நகர்புற வளர்ச்சி சமமின்மையை வளர்த்திருக்கிறது. ஏற்றத்தாழ்வை அதிகரித்திருக்கிறது. பகட்டும் படோடமும், பள பளக்கும் கண்ணாடி மாளிகைக்கு பின்னால் பசியும், பற்றாக்குறையும், குறைந்த கூலிக்கு வேலை செய்யும் மக்கள் நிறைந்திருக்கிறார்கள். இதுதான் சென்னையின் மறுபக்கம் என்பதை வெளிப்படுத்தவும் அவர்களின் வாழ்வை உயர்த்திடவும் உழைப்பாளி வர்க்கம் சபதமேற்கிறது.

3

'அம்மா'வின் சட்டமன்ற கட்டிடமும் '5 குடிசை' தாய்மார்களின் கோரிக்கையும்

தமிழக சட்டமன்ற கட்டிடம் இடம் நெருக்கடியால் செயல்பட முடியாத நிலை ஏற்பட்டுள்ளது என்று முடிவெடுத்து திமுக ஆட்சியில் புதிய சட்டமன்ற கட்டிடம் அரசினர் தோட்டத்தில் அவசர அவசரமாக கட்டி முடிக்கப்பட்டது. ஆனால் அப்போது நடைபெற்ற சட்டமன்ற தேர்தலில் திமுக ஆட்சியை இழந்து அதிமுக தலைமையில் ஜெயலலிதா முதல்வராக (மே 2011) பொறுப்பேற்றார். புதிய சட்டமன்ற கட்டிடத்தை அவர் விரும்பவில்லை. எனவே, இடம் நெருக்கடி இருந்தாலும் பழைய சட்டமன்ற கட்டிடம் பாரம்பரியமான கட்டிடம் என்று பாரம்பரியத்தை பாதுகாக்கக்கூடிய முறையில் அதே இடத்தில் சட்டமன்றத்தை நடத்தினார். இதே பாரம்பரியத்தை நகர்புற ஏழை மக்கள் மீது அவரின் அரசு ஏன் காட்டக்கூடாது. பாரம்பரியமாக குடியிருந்து வரும் நகர்ப்புற ஏழைகளையும், குடிசைவாழ் மக்களையும் சென்னையை விட்டு துரத்தக்கூடிய செயலை அவர் தலைமை தாங்கிய அரசு செய்து வருகிறது. தற்போது சென்னை நகரில் அடையாறு கூவம் நீர்நிலை குடியிருப்புகளை அகற்றும் பணியில் தீவிரமாக ஈடுபட்டு வருகின்றனர். அதன் ஒரு பகுதியாக சிந்தாதிரிப்பேட்டையில் உள்ள ஐந்து குடிசை என்ற பகுதி மக்களை வெளியேற்றுவதில் மாநில அரசு மும்முரமாக ஈடுபட்டு வருகிறது.

சிந்தாதிரிப்பேட்டை 62வது வட்டத்தில் ஐந்து குடிசை என்ற பெயரில் சுமார் 950 குடிசைகள் இருக்கிறது. பல பத்தாண்டுகளுக்கு முன்பு ஐந்து குடிசை என்ற நிலையிலிருந்து இந்த எண்ணிக்கை உயர்ந்துள்ளது. இந்த 950 வீடுகளில் மாநில அரசு தீப்பிடிக்காத வீடுகள் என்ற முறையில் 350 வீடுகளை கட்டிக் கொடுத்துள்ளது. இந்த குடிசைகளுக்கு ரேஷன் கார்டு, ஆதார் கார்டு, மின் இணைப்பு, வங்கி கணக்கு போன்ற அரசின் அனைத்து ஆதாரங்களையும் வைத்துள்ளனர். ஆனால் தற்போது நீர்நிலை ஆக்கிரமிப்பு என்ற முறையில் இவர்களை அப்புறப்படுத்த அரசு

நிர்வாகம் முயற்சிக்கின்றது. நீர்நிலைகளை ஆக்கிரமித்தால் அவற்றை அப்புறப்படுத்துவது நியாயமானது. இந்த முயற்சியை யாரும் எதிர்ப்பதில் நியாயம் இருக்காது. அதே நேரத்தில் இம்மக்களை 40 கி.மீ தாண்டி பெரும்பாக்கத்தில் குடியமர்த்துவதை மனித உரிமை அடிப்படையிலும், இயற்கை நியதி அடிப்படையிலும் ஏற்றுக் கொள்ள முடியாது. அருகிலேயே வீடு கொடுக்க வேண்டுமென்று கோரிக்கை வைத்தால் எங்கே இடம் இருக்கிறது என்று அரசும், அரசு அதிகாரிகளும் ஏழை மக்களை பார்த்து கேள்வி கேட்கின்றனர். ஆனால், ஐந்து குடிசை மக்கள் அப்படி இருக்கிற இடத்தை சுட்டிக்காட்டினால் அந்த இடத்தில் வீடு கட்டி கொடுக்க மறுக்கிறார்கள். இதோ அதற்கான விபரங்களை அரசிடம் மீண்டும் பாரம்பரிய குடியிருப்பாளர்கள் முன்வைக்கிறோம்.

ஐந்து குடிசை பகுதியில் தற்போது அரசு கட்டிக் கொடுத்த கல்நார் வீடுகள் உட்பட 950 வீடுகள் உள்ளன. அரசின் திட்டப்படி ஆற்றின் மையப்பகுதியிலிருந்து 50 மீ. தூரம் வரை இரு கரைகளிலும் எந்த கட்டுமானமும் இருக்கக்கூடாது என்றும், 50 மீ. வரையிலான ஆக்கிரமிப்புகளை அகற்றுவது என்றும் திட்டம் உள்ளது. ஆனால் ஐந்து குடிசை பகுதியில் ஆற்றின் நடுப்பகுதியிலிருந்து குடிசை பகுதி வரை 246 அடி உள்ளது. இதில் 50 மீ போக மீதம் 76 அடி அகல நிலம் உள்ளது. மறுபுறத்தில் சிந்தாதிரிப்பேட்டை காவல்துறை சாவடியிலிருந்து நெடுஞ்செழியன் காலனி வரை 800 அடி நீளம் உள்ளது. இந்த இடங்களில்தான்

பெரும்பாலான குடிசைகள் உள்ளன. எனவே, இந்த இடத்தின் மொத்த அளவு 60,800 சதுர அடியாகும். ஆற்றிலிருந்து 50 மீட்டருக்கு அப்பால் உள்ள இந்த இடத்தில் ஏன் எங்களுக்கு மாடி வீடு கட்டிக்கொடுக்கக்கூடாது என்று அப்பகுதி மக்கள் கேள்வி கேட்கிறார்கள்.

பாரம்பரியமாக குடியிருந்து வரும் நகர்ப்புற ஏழைகளையும், குடிசைவாழ் மக்களையும் சென்னையை விட்டு துரத்தக்கூடிய செயலை அரசு செய்து வருகிறது.

60,800 சதுர அடியில் கட்டிட பயன்பாடுகளுக்கு பொது இடமாக 20,000 சதுர அடியை அதாவது 33 சதவீதம் இடத்தை ஒதுக்கிவிட்டாலும் மீதி 40,800 சதுர அடி இருக்கிறது. இந்த நிலத்தில் அரசு ஒவ்வொரு குடும்பத்திற்கும் 400 சதுர அடி என்று வீடு கட்டிக் கொடுத்தால் கூட தரைத்தளத்தில் 102 வீடுகள் கட்டலாம். எனவே, இதையே செம்மஞ்சேரியில் கட்டியது போல் 8 அடுக்குகள் கட்டினால் 816 வீடுகள் கட்ட முடியும். இப்பகுதி மக்களின் 99 சதவிதம் குடும்பங்களுக்கு இங்கேயே வீடு கொடுக்க முடியும்.

இந்த ஐந்து குடிசைப் பகுதியில் வாழக்கூடிய மக்கள் வானகரம் மீன் மார்கெட்டிலும், சிந்தாதிரிப்பேட்டை மீன் மார்க்கெட்டிலும், மீன்கள் ஏற்றுமதி செய்யக்கூடிய கூடங்களிலும், சிந்தாதிரிப்பேட்டை சுற்றுவட்டாரத்தில் முறைசாரா தொழிலிலும் ஈடுபடக்கூடியவர்கள். இவர்களின் குழந்தைகள் இங்கிருக்கக்கூடிய அரசு மற்றும் தனியார் பள்ளிகளில் படித்து வருகிறார்கள்.

பெரும்பாக்கத்தில் வீடு கட்டிக் கொடுப்பதற்கு ஒரு வீட்டிற்கு ரூ. 6.5 லட்சத்தில் இருந்து ரூ.7 லட்சம் வரை (கமிஷன் எவ்வளவு என்று தெரியாது) செலவழிப்பதாக தகவல்கள் தெரிவிக்கின்றன. சென்னைக்குள்ளேயே இதே தொகையில் வீடு கட்டிக் கொடுக்க முடியும் என்று பல நிறுவனங்கள் ஆலோசனைகள் வழங்கியுள்ளன. மேற்கண்ட 816 வீடுகளை கட்டுவதற்கு ரூ 57 கோடி மட்டும்தான் செலவாகும். (சேகர் ரெட்டி வகையறாக்களிடம் இதை விட பலமடங்கு பணம் இருக்கிறது.) இதை ஏன் அரசு செய்யக்கூடாது என்று அப்பகுதி தாய்மார்கள் கேள்வி கேட்கிறார்கள்.

ஆற்றின் ஓரத்தில் இவ்ளோ பெரிய அடுக்குமாடி வீடுகளை கட்டிக் கொடுக்க முடியாது என்று அரசு அதிகாரிகள் மறுக்க முடியாது. காரணம் ஐந்து குடிசைக்கு அருகிலேயே நெடுஞ்செழியன் என்ற பெயரில் நான்கு மாடி உயரத்தில் பல அடுக்குமாடி கட்டிடங்களை இதைவிட குறைவான இடத்தில், குறைவான அளவில் வீடுகளை கட்டிக் கொடுத்திருக்கிறார்கள். பல பத்தாண்டுகளாக அந்த வீடுகள் பழுதடையாமல் இருக்கிறது. ஆகவே அரசு எந்த காரணத்தை சொல்லியும் இந்த நியாயமான கோரிக்கையை தட்டிக் கழிக்க முடியாது. இதை மீறி அரசு இதை தட்டிக் கழிக்க முயற்சிக்கிறது என்றால் அந்த இடத்தை வசதி படைத்தவர்களுக்கு தாரை வார்ப்பதற்காக தயாராகிவிட்டது என்றுதான் அர்த்தம்.

ஏற்கனவே, போரூர், சித்ரா தியேட்டர் எதிரில் உள்ள நிலம், சிட்டி சென்டர் உள்ள இடம் ஆகிய இடங்களிலிருந்து நகர்ப்புற ஏழைகள் வெளியேற்றப்பட்ட உடன் அங்குள்ள நிலங்கள் தனியாருக்கு தாரைவார்க்கப்பட்டுள்ளது. தற்போது ஆயிரம்விளக்கு பகுதியில் திடீர் நகரும் இதில் சேரலாம் என்ற சந்தேகம் எழுந்துள்ளது. சேப்பாக்கம் பகுதியிலேயே பூதப்பெருமாள் கோயில் தெருவில் உள்ள மக்களுக்கு அருகிலுள்ள காலி இடங்களில் வீடு கொடுக்க முடியும். இதே போன்று துறைமுக தொகுதிக்குட்பட்ட காந்தி நகர், இந்திரா நகர் பகுதிகளிலும் அடுக்குமாடி வீடுகளை கட்டி கொடுக்க முடியும். இதுதான் அப்பகுதி மக்களின் கோரிக்கையாக உள்ளது. அனைத்து மக்களுக்கான அரசு என்று மார்தட்டிக் கொண்டால்மட்டும் போதாது. அடித்தட்டு மக்களுக்களின் இந்த கோரிக்கையை நிறைவேற்ற வேண்டும். இது போன்று வெளியேற்றப்படும் ஒவ்வொரு பகுதியிலும் அம்மக்களை குடியமர்த்த இடங்கள் இருக்கிறது. அதை கண்டுபிடித்து அமலாக்க வேண்டும்.

4

எமப்பட்டணமாக மாறும் சென்னைப் பட்டணம்

"உலகில் உள்ள 47 முக்கியநகரங்களில்நடைபெறும் சாலை விபத்துக்களில் மரணமடைபவர்களின் எண்ணிக்கையில் சென்னை பெருநகரம்தான் முதலிடம் வகிக்கிறது" *(Global Report of Urban Health -UN)*

"சிங்கார" சென்னை, "சீர்மிகு" சென்னை என்ற அடைமொழியுடன் தற்போது"எமலோக" சென்னை என்ற அடைமொழியும் சேர்ந்துவிட்டது.

முதல் தலைமுறை பட்டதாரிகள்

சென்னை கிண்டியில் உள்ள செல்லம்மாள் மகளிர் கல்லூரி மாணவிகள் திருவொற்றியூரைச் சேர்ந்த சித்ரா, புளியந்தோப்பைச் சேர்ந்த ஆஷாஸ்ருதி, போரூரைச் சேர்ந்த காயத்ரி. மூன்று பேருமே குடும்பத்தின் முதல்தலைமுறை பட்டதாரிகள். வழக்கம் போல் அக்டோபர் 13-ஆம் தேதி(2016) மூன்று பேரையும் அவர்களின் பெற்றோர் கல்லூரிக்கு வழியனுப்பி வைத்தனர். அது கடைசி வழி அனுப்பல் என்று யாருக்கும் தெரியாது. அன்று பிற்பகல் கல்லூரி முன்பாக நடந்த விபத்தில் - தண்ணீர் லாரி மோதி சித்ரா, ஆஷாஸ்ருதி, காயத்ரி ஆகிய மூன்று மாணவிகளும் உடல் நசுங்கி பரிதாபமாக இறந்தார்கள். கண் எதிரே நடந்த இந்தக் கொடூரத்தைக் கண்டபல மாணவிகள் கதறினர்; சிலர் மயக்கம் போட்டு விழுந்தனர். கல்லூரி ஆசிரியர்கள், மாணவிகள் என்று ஒட்டுமொத்த கல்லூரியே சாலையில் அமர்ந்து இந்தக் கொடூரத்தைக் கண்டித்து மறியலில் ஈடுபட்டது.

வழக்கம்போல் அதிகாரிகள் கட்டப்பஞ்சாயத்தில் ஈடுபட்டனர். அதன்பிறகு இராயப்பேட்டை மருத்துவமனைக்கு மூன்று மாணவிகளின் உடல்களும் எடுத்துச் செல்லப்பட்டன. மருத்துவமனை எங்கும் சக தோழிகள், மாணவிகள், ஆசிரியர்கள்,

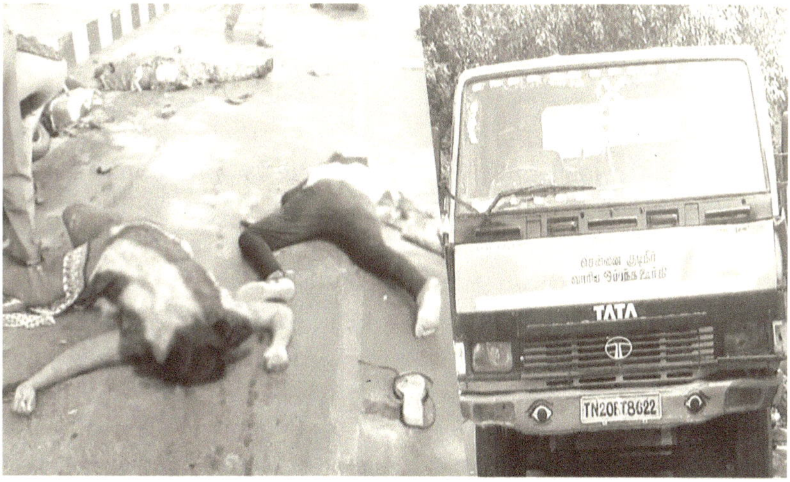

பெற்றோர்களின் அழுகை ஓலம். யாருக்கு யார் ஆறுதல் சொல்வது? இறந்த மூன்று மாணவிகளும் ஏழைக் குடும்பத்தைச் சேர்ந்தவர்கள். "என் குடும்பத்திலேயே என் பொண்ணு தான் முதல் பட்டதாரி. படிச்சு முடிச்சு அவ தான் குடும்பத்த காப்பாத்த போறான்னு நம்பிகிட்டிருந்தோம்..." மூன்று மாணவிகளின் பெற்றோரும் இப்படித்தான் கண்ணீரும் கம்பலையுமாக புலம்பிக் கொண்டிருந்தனர். அந்த ஏழைப் பெற்றோரின் கனவு, கொலையுண்டு போய்விட்டது. மூன்று எதிர்கால தலைமுறைகளுக்கு முற்றுப்புள்ளி வைக்கப்பட்டுவிட்டது.

செல்லம்மாள் கல்லூரி மாணவிகள் பலியான விபத்தை தொடர்ந்தும் அடுத்தடுத்து விபத்துகள் நடந்து வருகின்றன.

விபத்தல்ல...படுகொலை...

பல சுயநிதி கல்லூரிகளுக்கும், தனியார் கல்லூரிகளுக்கும் அரசும், அதிகாரிகளும் பேருந்து நிறுத்தங்கள், சாலைகள், பாதைகளை கடக்க வசதிகள் என ஓடி, ஓடி சிறப்புச் சலுகைகளை செய்வார்கள். சாதாரண குடும்பங்களைச் சேர்ந்த குழந்தைகள் படிக்கும் செல்லம்மாள் மகளிர் கல்லூரியை கண்டுகொள்ளாமல் மூன்று மாணவிகளைப் படுகொலை செய்துவிட்டனர். வழக்கம்போல் அரசு நிர்வாகம் "கட்டுப்பாட்டை இழந்த லாரியால் விபத்து", "லாரி டிரைவர் கைது" என்று பத்திரிகைகளுக்கு சம்பிரதாய சடங்கு அறிக்கையைக் கொடுத்து ஒதுங்கிக் கொண்டது.

அரசு நிர்வாகத்திற்கும் இதுபோன்ற விபத்துக்களுக்கும் எந்த சம்பந்தமும் இல்லை என்று பொறுப்பைத் தட்டிக் கழிப்பது விபத்தை விடக் கொடூரமானது.

சம்பவத்தன்று மறியலில் ஈடுபட்ட ஆசிரியர்கள், "இங்கே மாணவிகள் பாதையைக் கடக்க வசதியில்லை, அனைத்துப் பேருந்துகளும் நின்று செல்வதில்லை. இதைப் பலமுறை வலியுறுத்தியும் சம்பந்தப்பட்ட நிர்வாகம் நடவடிக்கை எடுக்கவில்லை" என்று குமுறியதை மிகப்பெரும் குற்றச்சாட்டாக எடுத்துக் கொள்ள வேண்டும். தூரத்தில் இறங்கி மாணவிகள் நடந்து வருவதைக் குறைப்பதற்காகவே அனைத்துப் பேருந்துகளும் இந்த இடத்தில் நின்று செல்ல வேண்டும் என்று கோரிக்கை வைத்தனர். ஆனாலும் அயர்ந்து உறங்கும் அதிகாரிகளிடம் இந்தக் கோரிக்கை எடுபடவில்லை. இதன் விளைவு இன்று மூன்று குடும்பங்கள் நடுத்தெருவில்.

அரசு தப்பிக்க முடியாது

இந்தக் கல்லூரி உள்ள இடம் மிக அகலமான சாலை. கிண்டியிலிருந்து வருகிற வாகனங்கள் குறுகலான மேம்பாலத்தில் குவிந்துகீழே இறங்குகிற பொழுது சாலை அகலமாக இருப்பதால் சின்னமலை வரை வேகமெடுத்துச் செல்வார்கள். இதனால் இங்கு விபத்துஏற்படும் நிலைமை உள்ளது. வாகனம் செல்வதற்கு டிராக் கோடு இல்லை. வேகத்தடை இல்லை. கல்லூரி வளாகம் என்ற அறிவிப்பு இல்லை. அகன்ற சாலையை மாணவிகள் கடந்து செல்ல வழி இல்லை. பேருந்துகள் பொதுவாக நிற்பதில்லை. நிற்கிற பேருந்துகளுக்கும் பேருந்து நிறுத்தம் அருகில் எல்லைக்கோடு அமைக்கவில்லை. இடவசதி ஏராளமாக இருந்தபொழுதும் அரசு நிர்வாகம் வழக்கம் போல் உறங்கிக் கொண்டிருந்தது. சில இடங்களில் இடவசதி இல்லை என்று காரணம் சொல்லிப் புறக்கணிப்பார்கள். ஆனால் இங்கு அந்தப் பிரச்சனை இல்லை. வெள்ளம் கரை புரண்டு ஓடினாலும் நாய் நக்கித்தான் குடிக்கும் என்பதைப் போல் அரசு நிர்வாகம் செயல்படுகிறது.

அரசு நிர்வாகம் இதை விபத்து என்று கூறி லாரியின் மீது பழிபோட்டு தப்பிக்க முடியாது என தேசிய மனித உரிமைகள் ஆணையம் தாக்கீது அனுப்பியுள்ளது. "அதிகாரிகளின் கவனக்குறைவு காரணமாகத்தான் அப்பாவி பொதுமக்கள் சாலைகளில்

ஆபத்துகளைச் சந்திக்க வேண்டியுள்ளது. பொதுமக்களின் பாதுகாப்பே அரசின் முதன்மை நோக்கமாக இருக்க வேண்டும். தடுக்கப்பட வேண்டிய விபத்துகளிலிருந்து, மக்களைக் காப்பாற்றும் கடமையிலிருந்து மாநில அரசு தப்பிக்க முடியாது" என்று அதில் குறிப்பிட்டுள்ளது.

வெள்ளம் கரை புரண்டு ஓடினாலும் நாய் நக்கித்தான் குடிக்கும் என்பதைப் போல் அரசு நிர்வாகம் செயல்படுகிறது.

சென்னை குடிநீர் வடிகால் வாரியத்திற்குச் சொந்தமாக லாரிகள் இல்லை. 504 லாரிகளை ஒப்பந்த அடிப்படையில் அமர்த்திக் கொண்டு குடிநீர் வழங்குகிறார்கள். இதன் மூலம் 4ஆயிரம் நடைகள் லாரிகள் ஓடுகின்றன. இந்தக் கணக்கே வாரியம் தெரிவித்துள்ள பொதுப்படையான கணக்குதான்.

சென்னை நகரில் 2ஆயிரத்து 400 தனியார் குடிநீர் லாரிகளும் ஓடுகிறது. இவற்றையும் சேர்த்தால் குறைந்த பட்சம் 15 ஆயிரம் நடைகளுக்கு மேல் குடிநீர் லாரிகள் சென்று வருகின்றன. அதுவும் பகல் நேரங்களில் மக்கள் நடமாட்டம் உள்ள பகுதிகளில் இந்த லாரிகள் இயக்கப்படுகிறது. ஒப்பந்த அடிப்படையில் லாரிகள் இயக்கப்படுவதாலும் அதிகாரத்திலிருக்கும் செல்வாக்கு படைத்தவர்கள் இந்த லாரியின் சொந்தக்காரர்களாக இருப்பதாலும் இதன் பாதுகாப்புதன்மை ஓட்டுநரின் திறமை ஆகியவை அனைத்தும் உரிய முறையில் கடைப்பிடிக்கப்படுவதில்லை.

சென்னை நகரின் குடிநீர்த் தேவையை உரிய முறையில் குழாய்கள் மூலம்வழங்குவதை 100 சதவீதம் உறுதிப்படுத்தாமல் இருப்பதற்குக் காரணம் லாரிகள் மூலம் கிடைக்கும் வருமானம் அடிப்படையானது. எனவே கணக்கிலடங்கா லாரிகளின் ஓட்டத்தாலும், "யார் செத்தா எனக்கென்ன?" என்று கவலையில்லாமல் பணம் பண்ணும் அதிகாரிகளாலும் மக்கள் உயிர் கிள்ளுக்கீரையாக மாற்றப்படுகிறது.

தமிழகம் இரண்டாமிடம்; சென்னை முதலிடம்

2015-ம் ஆண்டு இந்தியாவில் நடைபெற்ற சாலை விபத்துக்களில் தமிழகம் இரண்டாமிடத்தைப் பெற்றுள்ளது. உத்தரப்பிரதேசம்

முதலிடத்தில் உள்ளது. மத்தியசாலை போக்குவரத்து மற்றும் நெடுஞ்சாலைத்துறை அமைச்சகம் இந்த விபரத்தை வெளியிட்டுள்ளது. தமிழகத்தில் 2014-ஆம் ஆண்டு 15 ஆயிரத்து 176 பேர் சாலை விபத்தில் மரணமடைந்துள்ளனர். 2015-ஆம் ஆண்டுநடைபெற்ற 69 ஆயிரத்து 59 சாலை விபத்துகளில் 15 ஆயிரத்து 642 பேர் மரணமடைந்துள்ளனர். இந்தியாவில் நடைபெற்றுள்ள ஒட்டுமொத்த சாலை விபத்துக்களில் தமிழகம் 14 சதவீதம் என்ற பெரும் பங்கை வகிக்கிறது. மாதம்தோறும் 1,300 பேர் தமிழகத்தில் சாலைவிபத்துக்களில் மரணமடைந்து கொண்டிருக்கிறார்கள். மேலும், விபத்துக்களில் காயமடைந்தவர்களின் எண்ணிக்கையில் தமிழகம் முதலிடத்தில் உள்ளது. 2015-ஆம் ஆண்டு மட்டும் 34 ஆயிரம் பேர் தமிழகத்தில் சாலை விபத்துக்களால் படுகாயம் அடைந்துள்ளனர்.

உலகிலுள்ள 47 நகரங்களில் ஆய்வு நடத்தியதில் சென்னை நகரத்தில்தான் ஒரு லட்சம் பேருக்கு 26.6 பேர் சாலை விபத்தில் மரணமடைகிறார்கள் என்பது தெரியவந்துள்ளது. ஐக்கிய நாடுகள் சபையின் நகர்ப்புற சுகாதாரத்திற்கான சர்வதேச அறிக்கை இந்த விபரங்களை வெளியிட்டுள்ளது. சென்னைக்கு அடுத்த இடத்தை பிரேசில் நாட்டைச் சேர்ந்த போர்ட்லேசா என்ற நகரம் பிடித்துள்ளது. இந்திய நகரங்களில் கொல்கத்தா, தில்லி, பெங்களூரு ஆகியவை 23, 24, 25-வது இடங்களில் தான் உள்ளன. சுவீடன் நாட்டில் ஸ்டாக்ஹோம் நகரில் தான் மிகமிகக் குறைவாக ஒரு லட்சம் பேருக்கு 0.7 பேர் என்ற விகிதத்தில் விபத்து நடைபெறுகிறது. அதைக்கூட இந்த ஆண்டு 0 சதவீதமாகக் குறைக்க முடிவு செய்துள்ளனர்.

சென்னையில் எந்த முடிவும் எடுக்காமல் எமலோகத்துக்கு இலவச டிக்கெட் கொடுத்து அனுப்புவதையே அரசு நிர்வாகம் செய்து கொண்டிருக்கிறது. 2013-ஆம் ஆண்டு சென்னையில்மட்டும் 9ஆயிரத்து 705 சாலை விபத்துக்கள் நடைபெற்றுள்ளன. இதில் 1,247 பேர் மரணமடைந்துள்ளனர். இந்திய நகரங்களிலேயே அதிக அளவு 8 ஆயிரத்து 700 பேர் சென்னைநகரில் சாலை விபத்துக்களால் காயமடைந்துள்ளனர். விபத்துக்களுக்கு அரசுநிர்வாகம் நேரடிப் பொறுப்பாக இருக்கிறது என்பதைப் பல விபரங்கள் அம்பலப்படுத்துகின்றன. ஆனால் அரசு நிர்வாகம் மூடி மறைக்கும் முயற்சியில் முழுமையாக ஈடுபடுகிறது.

காரணம் தேடும் நிர்வாகம்

சென்னை பெருநகர போக்குவரத்துத் துறை, காவல்துறை மற்றும் அரசு நிர்வாகம் அனைத்துமே விபத்துக்கான காரணமாக ஓட்டுநரை மட்டுமே குற்றம் சாட்டுகின்றன. அநேகமாக அரசு நிர்வாகத்தின் ஆய்வுகளும் முடிவுகளும் முன்கூட்டியே தீர்மானிக்கப்பட்டு எழுதப்பட்டதாகவே உள்ளது. சாலை விபத்துக்களைக் குறைக்க முடியாமல் இருப்பதற்கும் தொடர்ந்து அதிகமாகிக் கொண்டிருப்பதற்கும் அதிகாரிகள், "வாகனங்கள் அதிகரிப்பு, புதிய ரக ரகமான வாகனங்கள், அதிக சக்தி வாய்ந்த வாகனங்கள் ஆகியவை விபத்துக்குக் காரணம்" என்று கூறுகிறார்கள். இது வெற்றுக்காரணமென்று ஊரே அறியும். வட்டாரப் போக்குவரத்து ஆணையர் (ஆர்டிஓ) இதையெல்லாம் கவனிக்காமல் என்ன செய்கிறார்?

இந்தியாவில் 2014-ம் ஆண்டு நடைபெற்ற சாலை விபத்துக்களில் உரிமம் இல்லாமல் விபத்து ஏற்படுத்தி மரணமடைந்தவர்கள் 39 ஆயிரத்து 314 பேர். தற்காலிக உரிமம் பெற்று வாகனம் ஓட்டியதால் மரணமடைந்தவர்கள் 50 ஆயிரத்து 815 பேர். இதற்கெல்லாம் போக்குவரத்து ஆணையம் பொறுப்பில்லையா? இதற்கு எந்த ஓட்டுநர் பொறுப்பு? வேகமாகச் செல்வது, குடித்துவிட்டுச் செல்வது, ஹெல்மட் அணியாமல் செல்வது, சீட்பெல்ட் அணியாமல் செல்வது, சாலையின் குறுக்கே வருவது போன்றவைகள் விபத்துக்கான காரணம் என்று கூறுகின்றனர். போக்குவரத்துத் துறையும், காவல்துறையும் புள்ளி விபரத் துறையாக மாறிவிட்டன. ஏன் நடக்கிறது? என்ற காரணத்தை அடுக்குவது இந்தத் துறைகளின் பணி அல்ல. மாறாக மேற்கண்ட தவறிழைப்பவர்களைக் கண்டுபிடித்து தண்டிக்க வேண்டியது இந்த இரு துறைகளின் முக்கியக் கடமை.

தவறு செய்தோர் மீது நடவடிக்கை எடுப்பதற்குப் பதிலாக "கையை நீட்டுவதும்", விதிகளை முழுமையாக அமல்படுத்தாததும்தான் விபத்துக்குக் காரணமென்று கூற வேண்டும். எனவே இந்தத் துறைகள்தான் பல குடும்பங்களின் இழப்பிற்குக் காரணமாக உள்ளன.

பாதசாரிகளே முதல் பலி

சாலை விபத்துக்களில் அதிகமாக மரணமடைவோர் பாதசாரிகளே. பாதையில் நடப்போர், சாலையைக் கடக்க முயல்வோர்,

தவறு செய்தோர் மீது நடவடிக்கை எடுப்பதற்குப் பதிலாக "கையை நீட்டுவதும்", விதிகளை முழுமையாக அமல்படுத்தாததும்தான் விபத்துக்குக் காரணமென்று கூற வேண்டும்.

சைக்கிளில் செல்வோர் ஆகியோர் தான்அதிகம் பலியாகின்றனர். உலக அளவில் பாதசாரிகள் சாலை விபத்தில் மரணமடைவது 26 சதவீதம். இந்தியாவில் நடைபெறக் கூடியசாலை விபத்துக்களில் 44 சதவீதம் பாதசாரிகள் மரணமடைகின்றனர். சென்னையில் இதே அளவு தான் என்று யாரும் சொல்லித் தெரியவேண்டியதில்லை. இதேபோன்று மரணமடையக் கூடிய வயதைப் பொறுத்தவரை கல்லூரி மாணவ-மாணவிகள், பணிக்குச்செல்லக் கூடியவர்கள், அதிகமாக மரணமடைகின்றனர். அதாவது 15 வயது முதல் 35 வயது வரை உள்ள 54 சதவீதம் பேர் இந்தியாவில் சாலை விபத்தில் மரணமடைகின்றனர். சென்னையில் பாதசாரிகளின் மரணம் மாவட்ட நிர்வாகத்தின் அசட்டையால் இந்த அளவுக்கு நடைபெறுகிறது.

சென்னை நகரில் அனைத்து வாகனங்களும் செல்வதற்கு சாலைகள் இருந்தாலும் பாதசாரிகள் நடப்பதற்கு நடைபாதைகள் இல்லை. சென்னை நகரத்தில் உள்ள 90 சதவீதமான சாலைகளில் நடைபாதைகள் பயன்படுத்தக்கூடிய முறையில் இல்லை. பல இடங்களில் மாநகராட்சி மற்றும் சாலைப் போக்குவரத்து நிர்வாகம் நடைபாதையையும் சேர்த்தே சாலை அமைத்துவிடுகிறது.

சென்னையின் பெரும்பாலான சாலைகளில் மின்மாற்றிகள், பயன்படாத மழைநீர் கால்வாய், கடைகள், கார்கள், நடைபாதைக் கோவில்கள் என நடைபாதைகள் பாதசாரிகள் பயன்படுத்தமுடியாத அளவிற்கு இருக்கிறது. தற்போது சென்னையில் பச்சை நிற குப்பைத் தொட்டிகள் நடைபாதைக்கு அருகில் சாலையிலேயே இருக்கிறது. சக்கரம் வைத்த குப்பைத் தொட்டி என்பதால் எந்த இடத்தில் வேண்டுமானாலும் தள்ளி வைத்துவிடலாம் என்பதற்காக பெரும்பாலான இடங்களில் தார் சாலைகளிலேயே இந்த குப்பைத் தொட்டிகள் கிடக்கிறது. குப்பைகளோ சாலைகளில் கிடக்கிறது. இதனால் தான் பாதசாரிகள் 44சதவீதம் பேர் இங்கு பலியாக வேண்டிய அவல நிலை ஏற்பட்டுள்ளது. இந்தப் பட்டியலிலே

தான் செல்லம்மாள் கல்லூரியின் மாணவிகளும் சேர்கிறார்கள்.

வசதியானவர்கள் குடியிருக்கக்கூடிய பங்களா டைப் தெருக்களில் சென்னை மாநகராட்சி நடைபாதை அமைத்துள்ளது. அங்கு அவர்கள் சாலையில் நடப்பது மிகமிகக் குறைவு. மக்கள் நடக்க வேண்டிய இடத்தில் மாநகராட்சியும், மாநகராட்சி உதவியோடு மற்ற பல ஆக்கிரமிப்புகளும் உள்ளன. இதற்கெல்லாம் யார்பொறுப்பு? வாகன ஓட்டிகளும், பாதசாரிகளுமா? இல்லை. முடிவெடுத்து அமல்படுத்தாத அரசு நிர்வாகம்தான்.

பிறர் சாக, தான் வாழும் கொள்கை

உலகம் முழுவதும் பல நாடுகளில் சாலை விபத்துகளைக் குறைப்பதற்கு சிறந்த வழிமுறைகளைக் கையாண்டு அமலாக்கியுள்ளனர். சென்னையில் சாலை விபத்து நடைபெறுவதற்கு அறிவிப்பு பலகை, ட்ராக் அமைப்பு, நடைபாதை அமைப்பு, வேகத்தடை போன்ற ஏராளமான குறைபாடுகளுடன் கூடிய சாலை அமைப்பு தான் (faulty road design) சாலை விபத்திற்கு மிக முக்கியமான காரணம் என்று நிபுணர்கள் கூறுகிறார்கள். அதேபோன்று சாலைப் பாதுகாப்பும் அவசர உதவிக்கான ஏற்பாடுகளும் இல்லாதது அதிக உயிரிழப்பிற்குக் காரணமாகும். மிக மிக முக்கியமான காரணம் பொதுப் போக்குவரத்தை அதிகப்படுத்தி முறைப்படுத்தாமல் தனியார் போக்குவரத்தையும், தனிநபர் போக்குவரத்தையும் ஊக்கப்படுத்துவதால் அதிக சாலை விபத்துக்கள் நடக்கிறது என்று ஆணித்தரமாகக் கூறுகின்றனர்.

நகரின் பொருளாதார நடவடிக்கைகள் அதிகமாகிற பொழுது அதற்கேற்ற வகையில் சாலை அமைப்பும், பாதுகாப்பு அமைப்பும் இருக்க வேண்டும். அதற்காகத் தமிழக அரசும், சென்னை நிர்வாகமும் துளி அளவும் முயற்சி எடுக்காமல் இருப்பதுதான் விபத்துக்களின் எண்ணிக்கை கூடுவதற்கு முக்கியக்காரணம். பிறர் சாக, தான் வாழ வேண்டுமென்ற கொள்கையோடு செயல்படும் சென்னை பெருநகர நிர்வாகத்தின் இந்தச் செயல்பாட்டை மாற்ற வேண்டும்.

மரணங்களுக்கு காரணங்களைக் கண்டுபிடித்து ஓட்டுநர் மீதும், வாகனத்தின் மீதும், இறந்தவர்கள் மீதும், காயமடைந்தவர்கள் மீதும் பழி சுமத்திவிட்டு தப்பித்துக் கொள்ளும் போக்கைத் தொடர்ந்து அனுமதிக்கக் கூடாது. எனவே சென்னை பெருநகர நிர்வாகத்தின் இந்த மரணக் கொள்கைக்கு முடிவுகட்ட வேண்டும்.

5

வெள்ளை மாளிகையும் கள்ள வணிகமும்

இது ஒரு பூங்காவின் கதையல்ல..
ஒரு கோடி மக்களின் பிரச்சனை.
இது கொள்கை முடிவு மட்டுமல்ல..
இயலாமையின் வெளிப்பாடு,
ஊழலின் உறைவிடம்.

உள்ளாட்சி என்பது மக்களாட்சியின் மகத்துவத்தை பறைசாற்றக் கூடியது. முடிவெடுப்பதிலும் திட்டமிடலிலும் மக்கள் பங்கேற்பதை உறுதிப்படுத்திட உருவானது. ஆனால் இன்று அவை வணிக நிறுவனங்களாக மட்டுமே மாறிவருகிறது. அதிலும் மக்கள் சொத்தை அபகரிப்பதில் கொள்கை முடிவாகவே எடுத்து அமல்படுத்தி வருகின்றனர்.

பெருநகர சென்னை மாநகராட்சியின் அலுவலகம் வெள்ளை நிறத்தில் இருந்தாலும் நடவடிக்கைகள் அனைத்தும் கள்ள வணிகமாகவே உள்ளது. மக்களுக்கான மாநகராட்சி என்ற நிலையை மாற்றி கான்ட்ராக்ட் மட்டுமே விடக்கூடிய வணிக நிறுவனமாக தன்னை மாற்றிக்கொண்டுள்ளது.

சென்னை கே.கே.நகரில் உள்ள சிவன் பூங்கா சுமார் 2 ஏக்கர் பரப்பளவு கொண்டது. தமிழ்நாடு வீட்டுவசதி வாரியத்தால் உருவாக்கப்பட்டு பெருநகர சென்னை மாநகராட்சியிடம் ஒப்படைக்கப்பட்டது. ஞாயிற்றுக்கிழமைகளில் திருவிழா போல் கூட்டம் இருக்கும். வழக்கம்போல் நடைபயிற்சி மேற்கொண்டவர்கள் குறிப்பிட்ட இடத்திற்கு மேல் நடக்க அனுமதிக்கப்படவில்லை. சிறுவர்கள் நுழைய அனுமதி இல்லை என்று ஒரு கும்பல் தடுக்கிறது. கேட்டால், நாங்கள் இந்த இடத்தை லீசுக்கு எடுத்துவிட்டோம் என்று பதிலை தருகிறார்கள். பிரச்சனை முற்றுகிறபொழுது மாநகராட்சியின் பெயரால் ஒரு அறிவிப்பு பலகை வைக்கப்பட்டு ஒருங்கிணைந்த மேம்பாட்டு அடிப்படையில் இவை தனியாருக்கு கொடுக்கப்பட்டுள்ளது என்று தெரிவிக்கப்படுகிறது.

இதே போன்று போரூர் 151வது வட்டத்தில் டிசிஜி பூங்காவிலும் மக்கள் தடுக்கப்பட்டு அனுமதிக்கப்படவில்லை. மக்கள் எதிர்ப்பு தெரிவித்தவுடன் குறிப்பிட்ட பகுதியில் கற்களை தாங்களாகவே சேதப்படுத்திவிட்டு பராமரிப்பில் உள்ளதாக காரணம் தெரிவிக்கின்றனர். மாநகராட்சியும் இதற்கு ஒத்துழைக்கிறது. சென்னையில் இது போன்று நடேசன் பூங்கா, பனகல் பூங்கா உட்பட 10க்கும் மேற்பட்ட பூங்காக்களை ஸ்கேட்டிங், டென்னிஸ் என்ற பெயரால் தனியாருக்கு தாரை வார்க்கிறது மாநகராட்சி. மாநகராட்சியின் இந்த செயல் பூங்காக்களை அதிகப்படுத்த வேண்டுமென்ற நோக்கத்திற்கும், அதன் திட்டத்திற்கும் எதிரானதாகும்.

பசுமை முயற்சிக்கு பாராட்டுகள்

பெருநகர சென்னை மாநகராட்சி தனது அறிமுக அறிக்கையில் கீழ்க்கண்டவாறு குறிப்பிடுகிறது. சென்னை நான்காவது மிகப்பெரிய மெட்ரோ பாலிட்டன் நகரமாகும். இங்கு பாரம்பரிய கட்டிடங்களும், நவீன கட்டிடங்களும், தொழிற்சாலை கட்டிடங்கள், வணிக வளாகங்கள், குடியிருப்புகள் என நிறைந்து காணப்படுகிறது. குறிப்பாக தொழிற்சாலைகள் அதிகரிப்பதாலும், வாகனங்களின் எண்ணிக்கை பலமடங்கு உயர்வதாலும் நகர வெப்பமாதல், காற்று மாசுபடுதல் அதிகமாகிறது. இதை குறைப்பதற்கு பசுமை புரட்சி திட்டத்தை அமல்படுத்த வேண்டும். பூங்காக்களை

அதிகப்படுத்துவது, போக்குவரத்து சந்திப்பில் உள்ள பூங்காக்கள் (Traffic lland), சாலையின் மையப்பகுதி தடுப்புகள் ஆகியவற்றை மேம்படுத்துவது, அதிகப் பூங்காக்களை உருவாக்குவது போன்ற நடவடிக்கைகள் எடுக்க வேண்டுமென்று அதற்கான திட்டத்தையும் அறிவித்தது.

பெருநகர சென்னை மாநகராட்சிக்கு உட்பட்டு 632 பூங்காக்கள், 128 போக்குவரத்து சந்திப்பு பூங்காக்கள், 118 சாலையின் மையப்பகுதி பூங்காக்கள் இருக்கின்றன. சென்னையின் ராயபுரம் அண்ணா பூங்கா, தலைமைச் செயலகம் இராஜாஜி பூங்கா, பெரம்பூர் மேம்பால பூங்கா, பெரியமேட்டில் உள்ள மைலேடி பூங்கா, அண்ணாநகரில் உள்ள விஸ்வேஷ்வரர் பூங்கா, கோயம்பேடு ஜெய்நகர் பூங்கா, மே தினப் பூங்கா, நுங்கம்பாக்கம் சுதந்திர தின பூங்கா, எழும்பூர் மேயர் சுந்தரம் பூங்கா, தி.நகர் பனகல் பூங்கா, நடேசன் பூங்கா, ஜீவா பூங்கா, நெசப்பாக்கம் ஏரிக்கரை பூங்கா, கே.கே.நகர் சிவன் பூங்கா, மயிலை நாகேஸ்வரராவ் பூங்கா, அடையாறு இந்திரா பூங்கா ஆகிய பூங்காக்கள் சுற்றச்சூழல் மாசுபடுதலைக் குறைப்பதில் முக்கிய பங்கு வகிக்கிறது. குறிப்பாக தொல்காப்பியர் பூங்கா 358 ஏக்கரில் அமையப்பெற்றுள்ளது குறிப்பிடத்தக்கது. இவை அனைத்தும் சென்னையில் வெப்பமாதலையும், மாசுபடுதலையும் தடுப்பதற்கு ஓரளவு பயன்படுகிறது. இவற்றில் கீழ்க்கண்ட பூங்காக்களில் பசுமையை அதிகப்படுத்த வேண்டுமென்று மாநகராட்சி திட்டமிட்டு செயல்பட்டது.

அண்ணா பூங்கா, விஸ்வேஷ்வரர் பூங்கா, சுதந்திர தின பூங்கா, பனகல் பூங்கா, நடேசன் பூங்கா, சிவன் பூங்கா, இந்திரா பூங்கா ஆகிய பூங்காக்களை மறுகட்டமைப்பு செய்து பசுமையை அதிகப்படுத்த வேண்டுமென்று முடிவு செய்து அதற்காக நிதி ஒதுக்கீடு செய்து அரசு பணத்தில் முடித்தார்கள். இவற்றில் நடைபயிற்சி பாதை, யோகா மையம், தியானக்கூடம், குழந்தைகள் விளையாட்டுத் திடல், அல்லி குளம் போன்ற வசதிகளை ஏற்படுத்தினர். இவை அனைத்தும் மாநகராட்சி எடுத்த பாராட்டுக்குரிய அம்சங்கள்தான்.

ஒரே கல்லில் இரண்டு மாங்காய்

மக்களின் வரிப்பணத்தில் பூங்காக்களை அதிகப்படுத்தி, பசுமைப்படுத்தி, தனியாரிடம் ஒப்படைப்பது கள்ள வணிகம்

இல்லையா? ஒருபக்கம் பூங்காக்களை பராமரிப்பதற்கு தனியாரிடம் விடுவதும், மறுபுறம் பூங்கா இடங்களை விளையாட்டுத் திடல் என்ற பெயரால் தனியாருக்கு குத்தகை விடுவதையும் மாநகராட்சி ஏக காலத்தில் செய்து வருகிறது. 2019ம் ஆண்டு மாநகராட்சியிடம் இருந்த பூங்காக்களில் 554 பூங்காக்களை தனியார்கள் பராமரிப்பதற்காக ஒப்பந்தம் கோரப்பட்டு தனியாருக்கு விடப்பட்டது. தனியாருக்கு விடுவதற்கான காரணம் விந்தையானது.

பெருநகர சென்னை மாநகராட்சி பூங்காக்கள் துறையில் 366 ஊழியர்கள் தான் இருக்கிறார்கள். இவர்களில் 61 பேர் வேறு துறை பணிகளுக்கு செல்கிறார்கள். 22 பேர் நர்சரிகளை பராமரிப்பதற்கு நிரந்தரமாக தேவைப்படுகிறார்கள். 20 இடங்கள் காலியாக இருக்கின்றன. மீதமுள்ள 263 பேரை வைத்துக் கொண்டு இத்தனை பூங்காக்களை எப்படி பராமரிப்பது? என்று கேள்வி எழுப்பி தனியாருக்கு விட்டுவிடுகிறார்கள். தனியார்களுக்கு மட்டும் எங்கிருந்து ஆள் கிடைப்பார்கள்? மாநகராட்சி நினைத்தால் பூங்கா துறைக்கு அதிகமாக வேலைக்கு ஊழியர்களை எடுக்க முடியாதா? யாரும் வர மறுக்கிறார்களா?

வசூலிக்கும் வரியை ஊழலற்ற முறையில் வசூலித்து செலவழிப்பதை முறையாக செலவழித்தால் மாநகராட்சிக்கு நிதி கிடைக்கும். தனியாரிடம் ஒப்படைப்பதனால் குறைந்த கூலிக்கு குறைந்த நபர்களை வைத்துக் கொண்டு பராமரிப்பில் ஈடுபடுவார்கள். இந்த தனியார் பராமரிப்பை எடுப்பவர்களுக்கு பின்புலமாக ஆளுகிறவர்கள் இருக்கிறார்கள் என்பது அனைவரும் அறிந்ததே.

சென்னையில் தனியாரிடம் ஒப்படைக்கப்பட்ட பல பூங்காக்கள் சரியான முறையில் பராமரிக்காததின் விளைவாக பழுதடைந்து கிடந்தன. சென்னை ஹேடோஸ் சாலையில் உள்ள பூங்காவை இதற்கு உதாரணமாக கூறலாம். மாநகராட்சிக்கு புகார் அளித்தும்

உரிய காலத்தில் நடவடிக்கை எடுக்கவில்லை. ஒப்பந்தம் முடிந்து புதுப்பித்தலில் பணம் பண்ணுவதையே இலக்காக மாற்றிவிட்டால் பொதுமக்களின் நலன் எப்படி பாதுகாக்கப்படும்?

பசுமை ஒழிப்பு திட்டம்

பராமரிப்பை தனியாருக்கு விட்டுவிடுவது ஒருவகையில் மக்களை பாதிக்கிறது. மற்றொரு வகையில் சென்னை மாநகராட்சி செலவு செய்து மேம்படுத்திய பூங்காக்களில் ஸ்கேட்டிங், டென்னிஸ் என்ற பெயரில் கணிசமான இடங்களை தனியாருக்கு ஒப்படைத்தால் பசுமை திட்டம் எப்படி நிறைவேறும்? கே.கே. நகர் சிவன் பூங்காவில் சுமார் 3000 சதுர அடி தனியாருக்கு குத்தகைக்கு கொடுக்கப்பட்டுள்ளது. இதேபோன்று 10க்கும் மேற்பட்ட பூங்காக்களின் இடங்களை தனியாருக்கு கொடுத்துவிட்டால் பசுமை திட்டத்தில் பாதிப்பு ஏற்படாதா? மாநகராட்சியின் இலக்கான பசுமையை மேம்படுத்தி, வெப்பமாதலையும், மாசுபடுத்தலையும் குறைப்போம் என்ற இலக்கிற்கு எதிராக மாநகராட்சியே செயல்படுகிறது. மேலும் இந்த இடத்தை குத்தகைக்கு எடுத்தவர்கள் ஸ்கேட்டிங், டென்னிஸ் போன்றவற்றிற்கு மாதக் கட்டணம் ரூ.500/-லிருந்து ரூ.2000/-வரை வசூலிக்கின்ற கொடுமை நடைபெறுகிறது. மக்களின் மனநலம், உடல்நலம், பசுமை என அனைத்தும் புறந்தள்ளப்பட்டு வணிகம் மட்டுமே நிலைநிறுத்தப்படுகிறது.

விளையாட்டு மற்றும் உடற்பயிற்சி என்பது உடல் ஆரோக்கியம், மன ஆரோக்கியம் மற்றும் அறிவு வளர்ச்சியுடன் தொடர்புடையதாகும்.

ஒரு கோடி மக்களுக்கு இந்த பூங்காக்கள் போதுமா?

பெருநகர சென்னை மாநகராட்சியில் வெப்பமாதலை குறைக்க வேண்டும், பசுமையை அதிகரிக்க வேண்டும் என்ற அதே நேரத்தில் பொது மக்களின் பொழுதுபோக்கு அம்சமாக பூங்காக்கள் அமைந்து மக்களின் மன ஆரோக்கியத்தையும் உடல் ஆரோக்கியத்தையும் மேம்படுத்த வேண்டும் என்பதுதான் நோக்கம் என்றால் பூங்காக்களை தனியாருக்கு விடுவதையும், விளையாட்டுத் திடல்களாக மாற்றுவதையும் உடனே கைவிட வேண்டும்.

சென்னையில் 200 வட்டங்கள் உள்ளன. ஒவ்வொரு வட்டத்திலும் 20,000 முதல் 55,000 வரை வாக்காளர்கள் இருக்கிறார்கள். அப்படியென்றால் மக்கள் தொகையின் எண்ணிக்கையை நீங்களே கணக்கு போட்டுக் கொள்ளுங்கள். இந்த 200 வட்டத்தில் 34 வட்டங்களில் ஒரு சிறிய பூங்கா கூட கிடையாது. 42 வட்டங்களில் சிறிய அளவிலான ஒரு பூங்கா மட்டுமே உள்ளது. மேலும் 33 வட்டங்களில் சிறிய அளவிலான 2 பூங்காக்கள் மட்டுமே உள்ளன. 119 வட்டங்களில் அதாவது சரிபாதி வட்டங்களில் பூங்காக்கள் இல்லை. மிக அடர்த்தியாக வாழக்கூடிய மக்கள் பொழுதுபோக்கு, மனநலம், உடல்நலம் பேணுவதற்கான எந்த வழியும் கிடையாது.

எனவே சென்னை மாநகராட்சி அனைத்து வட்டங்களிலும் பூங்காக்களையும், விளையாட்டு திடல்களையும், உள்ளரங்க விளையாட்டுத் திடல்களையும் உருவாக்க வேண்டும். மாநகராட்சிக்கு சொந்தமான ஆக்கிரமிக்கப்பட்ட இடங்களை கைப்பற்றி இவற்றை உருவாக்குவதன் மூலமாகத்தான் சென்னையின் பசுமையை பாதுகாக்க முடியும். மக்களின் மன, உடல் ஆரோக்கியத்தை மேம்படுத்த முடியும்.

பெருநகர சென்னை மாநகராட்சியை விட டெல்லியில் 1500 பூங்காக்களும், மும்பையில் 1300 பூங்காக்களும், பெங்களூரில் 721 பூங்காக்களும், ஹைதராபாத்தில் 709 பூங்காக்களும் இருக்கின்றன. சென்னை மாநகராட்சி பூங்காக்களை உருவாக்குவதில் பின்தங்கித்தான் இருக்கிறது. ஹைதராபாத்தில் பூங்காக்களின் பரப்பளவு இதர இடங்களை விட அதிகமாக இருக்கிறது.

உடல் ஆரோக்கியம் மருந்துகளில் மட்டுமில்லை...

பூங்காக்களில் விளையாட்டுத் திடல் போன்றவற்றை அமைப்பது என்றால் மாநகராட்சியினுடைய விளையாட்டு திடல் என்னவாயிற்று? சென்னை மாநகராட்சியின் வரைபடத்தை எடுத்துக் கொண்டால் அனைத்து வட்டங்களிலும் பூங்காக்கள், விளையாட்டுத் திடல்கள் இருப்பதை காணலாம். ஆனால் நடைமுறையில் அவை அனைத்தும் ஆக்கிரமிப்புக்குள்ளாகி அனைத்து மக்களும் அல்லல்படுவதை காண முடியும்.

சென்னையில் தற்போது 210 விளையாட்டுத் திடல்களும், 96 ஜிம்னாசியம், 4 ஷட்டல் ஸ்டேடியம், ஒரு கூடைப்பந்து, 2 நீச்சல்குளம் மாநகராட்சிக்குட்பட்ட பகுதியில் பராமரிக்கப்படுகிறது.

சென்னை மாநகராட்சியினுடைய பல்வேறு வட்டங்களில் உடற்பயிற்சிக்கென்று சில இடங்களை தேர்வு செய்து கட்டி முடிக்கப்பட்ட சிலதும் செயல்பட முடியாமல் உள்ளது. இவற்றில் 210 விளையாட்டு திடலில் 14 மட்டும்தான் கால்பந்து, கைப்பந்து, கூடைப்பந்து, டென்னிஸ், பேட்மிட்டன் போன்ற விளையாட்டுக்கள் உள்ளடக்கியது.

மிகப்பெரிய சென்னை மாநகரத்திற்கு இந்த விளையாட்டுத் திடல்கள் போதுமானதா? 96 ஜிம்னாசியத்தில் 22 ஜிம்னாசியம் நவீனப்படுத்தப்பட்டு தினசரி 50 முதல் 100 பேர்கள் வரை பயன்படுத்துகிறார்கள் என்று மாநகராட்சியின் குறிப்பே கூறுகிறது. ஒரு கோடியை நெருங்கிக் கொண்டிருக்கும் சென்னை மக்கள் தொகையில் இந்த விளையாட்டுத் திடல்கள் கடுகளவிற்கு கூட போதாது. இதைப் பராமரிக்க முடியாமல் இதையும் தனியாருக்கு விடக்கூடிய அவல நிலையில் மாநகராட்சி உள்ளது.

விளையாட்டு மற்றும் உடற்பயிற்சி என்பது உடல் ஆரோக்கியம், மன ஆரோக்கியம் மற்றும் அறிவு வளர்ச்சியுடன் தொடர்புடையதாகும். அனைத்து மக்களுக்கும், இளைஞர்களுக்கும் இவை கிடைக்கும் வகையில் சென்னை மாநகராட்சியின் திட்டமிடல் இருக்க வேண்டாமா? உடல் ஆராக்கியம் மருந்துகளில் மட்டுமில்லை.

வால் நாயோடதுதான்... ஆனால்...

நாய் வாலை அறுத்து நாய்க்கே சூப்பு வைக்கிறாயா என்று தமிழகத்தில் பரவலாகப் பேசுவார்கள். ஆனால் பெருநகர சென்னை மாநகராட்சி நாய் வாலை அறுத்தாலும் அந்த நாய்க்கே சூப்பு இல்லை என்று மாற்றி அமைத்துள்ளது. மக்களின் வரிப்பணத்தில் கட்டக்கூடிய விளையாட்டுத் திடலை மக்கள் பயன்படுத்துவதற்கு அனுமதிக்காமல் அவற்றை மேம்படுத்தி தனியார்கள் பயன்படுத்துவதற்கும் வசதிபடைத்தவர்கள் பயன்படுத்துவதற்கும் வழி ஏற்படுத்தி கொடுக்கிறது. ஆள்வோரின் பினாமிகள் சூப்பை சாப்பிடுகிறார்கள். அதற்கு கீழ்க்கண்ட ஒப்பந்த முறைகளே உள்ளங்கை நெல்லிக்கனியாக தெரியும்.

விளையாட்டு திடல்களை தனியார்களிடம் ஒப்படைத்து வணிகம் செய்வதற்கான முறையை 2018ம் ஆண்டு பெருநகர சென்னை மாநகராட்சி தீர்மான எண் 891/25.10.2018 மூலமாக நிறைவேற்றியது. 2019ம் ஆண்டு தீர்மான எண் 59, 60/2019 மூலமாக

38 டென்னிஸ் திடல்களை, 19 பூப்பந்து திடல்களை வணிகத்திற்காக 5 ஆண்டிற்கு லீசுக்கு அனுமதித்து விட்டார்கள். 20 திடல்களை 59-வது தீர்மானத்தின் மூலம் திருமதி முல்லைமலர் அவர்களுக்கு ஒப்பம் வழங்கப்பட்டது. மேலும் 18 திடல்களை 60-வது தீர்மானத்தில் நிறைவேற்றி அதே திருமதி முல்லைமலர் அவர்களுக்கு ஒப்பம் வழங்கப்பட்டுள்ளது. இரண்டு ஒப்பந்த கேட்புகளிலும் குறிப்பிட்ட நான்கு பேர் மட்டுமே ஒப்பந்தம் கேட்டு 3 பேர் தள்ளுபடி செய்யப்பட்டு ஒருவருக்கே 38 திடல்களும் வழங்கப்பட்டுள்ளது.

இதில் எந்த அளவு ஊழல் நடைபெற்றிருக்கலாம் என்பது அனைவருக்கும் தெரியும். நிர்வகிப்பதற்கு பலரிடம் ஒப்படைக்கப்பட்டால் குறைந்தபட்ச போட்டியாவது நிலவும். ஆனால் ஒரே நபரிடம் ஒப்படைப்பதை விட மாநகராட்சியே திறமையான அதிகாரிகள் மூலம் ஏன் இதை நடத்தக் கூடாது என்ற கேள்வி எழுவது இயற்கைதான். தனியாரிடம் ஒப்படைக்கப்பட்ட இந்த திடல்களில் ஒரு நபர் ஒரு மாதத்திற்கு ரூ.2000/- கட்டணம் செலுத்த வேண்டும். ஆகவே சென்னை மாநகராட்சி தனது நேரிடையான வருவாயை பெருக்குகிறதோ இல்லையோ பலரின் சட்டப்பூர்வமற்ற வருவாய்க்கு வழிவகுத்து சாதாரண மக்களின் உடல் ஆரோக்கியத்தை குழி தோண்டி புதைக்கிறது. இந்த பின்னணியில் தான் சிவன் பூங்காவில் உள்ள பகுதியும் இதர 10 பூங்காக்களின் இடங்களும் தனியாருக்கு தாரை வார்க்கப்படுகிறது.

ஓஎஸ்ஆர் நிலமும், சென்னை மாநகராட்சியும்

பெருநகர சென்னை மாநகராட்சி சென்னையில் உள்ள ஓஎஸ்ஆர் (Open Space Reserved) நிலங்களை கைப்பற்றி அதன் மூலம் பூங்காக்களை அதிகப்படுத்த திட்டமிட்டது. இதில் ஒரு சிறு பகுதிதான் நிறைவேறி இருக்கிறது. மாநகராட்சியிடம் ஒப்படைப்பது குறைவாக உள்ளது. 200 வட்டங்களில் சுமார் 30 சதவிகிதம் ஓஎஸ்ஆர் நிலங்கள் மாநகராட்சியிடம் ஒப்படைக்கப்படவில்லை. ஓஎஸ்ஆர் நிலங்கள் மூலமாக பசுமையை வளர்ப்பது என்று பெருநகர சென்னை மாநகராட்சியின் முடிவு முடிவாக மட்டும்தான் இருக்கிறது.

பல தனியார் நிறுவனங்களின் ஓஎஸ்ஆர் நிலங்களை கைப்பற்றி பூங்காக்கள் அமைப்பதற்கான ஏற்பாடுகள் செய்வதில்லை. வணிக நிறுவனங்கள் அவ்வாறு ஒதுக்கப்பட்டுள்ள நிலத்தை அவர்கள்

பொதுமக்கள் பயன்பாட்டிற்கு விடாமல் தங்கள் வளாகத்திற்குள்ளேயே வைத்துக் கொள்ளக் கூடிய நிலைமை உள்ளது.

சென்னையில் 3000 சதுர மீட்டர் உள்ளே இருக்கக் கூடிய இடங்களுக்கு ஓஎஸ்ஆர் நிலம் தேவையில்லை என்று சட்டம் இருக்கிறது. 3000 முதல் 10,000 சதுர மீட்டர் வரை உள்ள நிலங்களுக்கு 10 சதவிகிதம் ஓஎஸ்ஆர் நிலம் வழங்க வேண்டும் என்ற விதியை அதிமுக அரசு மாற்றியது. சென்னைக்குள் அவர்கள் கட்டிடம் கட்டும் இடத்தில் ஓஎஸ்ஆர் நிலம் வழங்க முடியவில்லை என்றால் அதே மதிப்பிற்கான இடத்தை வெளியில் வாங்கிக் கொடுக்க வேண்டுமென்று சட்டத்தில் திருத்தினார்கள். ஒருபக்கம் ஓஎஸ்ஆர் நிலத்தை கைப்பற்றாமல் இருப்பது, மறுபுறத்தில் சட்டத்தை நீர்த்துப்போகும் பணிகளை பெருநகர சென்னை மாநகராட்சியும், தமிழக அரசும் செய்தது. இந்த லட்சணத்தில் பசுமையை எப்படி விரிவுப்படுத்துவது? வெப்பமாதலையும், மாசுபடுத்தலையும் எப்படி குறைப்பது?

சென்னை பெருநகர மாநகராட்சி சென்னை நகரத்தில் அனைத்து வட்டங்களிலும் பூங்காக்களையும், விளையாட்டுத் திடல்களையும், உள்ளரங்க விளையாட்டுத் திடல்களையும் உருவாக்க வேண்டும்.

பூங்காக்களை தனியார்கள் ஸ்கேட்டிங்கிற்கு பயன்படுத்துவதை நிறுத்தி ஸ்கேட்டிங் செய்பவர்களுக்கான உள்ளரங்க விளையாட்டுத் திடலை உருவாக்கிக் கொடுக்க வேண்டும்.

பெருநகர சென்னை மாநகராட்சி விளையாட்டுத் திடல்களை அனைத்து மக்களும் பயன்படுத்தக் கூடிய முறையில் நிர்வாக நடவடிக்கை எடுக்க வேண்டும்.

மாதம் ரூ.2000/- செலுத்தி சாதாரண மக்கள் எந்த உடற்பயிற்சியிலும், உள்ளரங்க விளையாட்டிலும் ஈடுபட முடியாது.

எனவே, சென்னை மாநகராட்சி வணிகமய நடவடிக்கையை விடுத்து பெருநகரை பாதுகாக்கக் கூடிய திட்டத்தை உருவாக்கி அனைத்து மக்களின் உடல்நல, மனநல மற்றும் விளையாட்டு திறமைகளை வெளிப்படுத்தும் முறையிலும் வெப்பமாதலை, மாசுபடுதலை தடுக்கக் கூடிய முறையிலும் செயல்பட வேண்டும்.

6

சென்னை மாநகராட்சிதான் 'பெண்ட கழட்டுவதில்' பெஸ்ட்

சென்னை வாசிகள் அடிக்கடி பயன்படுத்தும் வார்த்தை இது. சண்டைவந்து விட்டால் பெண்ட கழட்டி விடுவேன் என்பார்கள். சவடால்விடும்போதும் இந்த வார்த்தை சரளமாக வந்து விழும். அதிமாக வேலைவாங்கி விட்டால் பெண்ட நிமித்தி விட்டான் என்பார்கள். இப்படி 'பேச்சு' நடக்கிறதோ இல்லையோ... பலரின் பெண்ட கழட்டும் 'செயலை' சென்னை மாநகராட்சி சிறப்பாக செய்து கொண்டு இருக்கிறது. இந்த பெண்ட கழட்டும் பணியைதான் 93 சதவீதம் பணிகள் முடிந்து விட்டதாக மாநகராட்சி அறிக்கை தம்பட்டம் அடிக்கிறதுபோலும்.

சென்னை பெரம்பூரசை சேர்ந்த பெண் ஒருவர் முதுகில் ஏற்பட்ட வலிக்காக மருத்துவரை சென்று பார்த்தார். அவரை நன்கு பரிசோதித்து சில டெஸ்ட்டுகளுக்கு பரிந்துரைத்த மருத்துவர், அவர் செய்யும் வேலை, ஆபீசுக்கு எதில் போகிறார் என்றெல்லாம் விசாரித்துவிட்டு, நீங்கள் தினமும் ஆட்டோவில் செல்வதால் உங்கள் முதுகுத்தண்டு மாறி இருப்பதற்கு வாய்ப்பு உள்ளது. இதற்கு காரணம் ஆட்டோக்காரர் அல்ல. குண்டும் குழியுமான சாலைகள்தான். ஆட்டோவில் செல்வதை தவிர்த்து பொதுப்போக்குவரத்தை (பஸ்) பயன்படுத்துங்கள் என்று அந்தப் பெண்ணிடம் மருத்துவர் ஆலொசனை கூறி இருக்கிறார். தன் முதுகுதண்டு பாதிப்பிற்கு சென்னை நகர சாலைகள்தான் காரணம் என்று அப்போதுதான் அந்தப் பெண்ணுக்கு தெரிந்தது.

சென்னையில் உள்ள நரம்பியல் மருத்துவர் ஒருவர், தன்னிடம் முதுகுதண்டு, இடுப்பு வலிக்காக வருகிற இளம்நோயாளிகள் அனைவரிடமும், இருசக்கர வாகனம் ஓட்டுவதை விட்டுவிட வேண்டும் என்று வலியுறுத்துவதாக கூறினார். நரம்பியல் மருத்துவர் அவ்வாறு கூறுவதற்கு காரணம் மிகமோசமான சாலைகள்தான் என்று சொல்லித் தெரிய வேண்டியதில்லை.

பொதுபோக்குவரத்து இல்லாதபோது இருசக்கரம்தான் இங்கு வாழ்வதாரத்திற்கு அடிப்படையாக உள்ளது என்பதையும் நாம் இங்கு நினைவில் கொள்ள வேண்டியுள்ளது. ஆனாலும், ஊனமாக்குவதிலும் உயிர் பறிப்பதிலும் சென்னை மாநகராட்சி சாலைகளின் பங்கை குறைத்து மதிப்பிட முடியாது. சென்னையில் நடைபெறும் விபத்துக்ளில் 40 சதவீதம் இருசக்கர வாகனம் தொடர்பானது. இதற்கு வேகத்தடை, மேடு பள்ளம், முக்கிய காரணங்களாக உள்ளன.

சாலை விபத்தால் தலைக்காயம் ஏற்பட்டு சென்னையில் உள்ள மருத்துவமனைகளுக்கு தினசரி 100 முதல் 125 பேர் வருவதாக மருத்துவமனை வட்டாரங்கள் மதிப்பீடு செய்கின்றன. இவை அனைத்தும் முறையாக பதிவு செய்யப்படுவதில்லை என்பது வேறு விஷயம்.

சாலைவிபத்திற்கு உள்ளாகி மருத்துவமனையில் சிகிச்சை பெற்று செல்லும் 55 முதல் 60 சதம் நோயாளிகள் முழுமையாக குணமடைவதில்லை என சென்னை பொதுமருத்துவமனை நரம்பியல் மருத்துவர் கூறுகிறார்.

மரண சாலைகளுக்கான போட்டியில் சென்னை சாலைகள் இரண்டாவது இடத்தையும், விபத்தில் முதல் இடத்தையும்

பிடித்துள்ளன. டெல்லியைச் சேர்ந்த அறிவியல் மற்றும் சுற்றுச்சூழல் மையம் இந்த ஆய்வை வெளியிட்டுள்ளது. தேசிய குற்றவியல் பதிவுத்துறை கணக்குப்படி 2012-ல் சென்னையில் 9663 விபத்துக்களும் 1401 மரணங்களும் நிகழ்ந்துள்ளன. 2014--ம் ஆண்டு 9465 விபத்துக்கள் நடைபெற்றுள்ளன. சவக்குழிக்கு மாற்றாக சென்னை சாலைகள் உள்ளன.

> **அதிகாரிகள் கான்ட்ராக்டர்களை குறைசொல்லுகின்றனர். ஆனால் கான்ட்ராக்டர்களோ கவுன்சிலர்களும் அதிகாரிகளும் கேட்கின்ற கமிஷன் கொடுத்துவிட்டு மீதி தொகையில் சாலை போடுவதற்கு கட்டுப்படியாகவில்லை என்கின்றனர்.**

மாநகராட்சி அறிவித்தபடி 93 சதவீதம் பணிகள் நிறைவடைந்ததோ இல்லையோ 93 சதவீதம் சாலைகளை வெயில் காலங்களில்கூட காணமுடியாது. மழைகாலங்களில் கேட்கவே வேண்டாம். சனிக்கிழமை (31.10.2015) பெய்த மழை அடைமழையோ அசாதாரண மழையோ... அல்ல அது அற்பமழைதான். ஆனாலும் 93 சதம் சாலைகள் மழைநீரில் மூழ்கிவிட்டன. அதிகாரிகளும் ஆட்சியாளர்களும் தேங்கும் மழைநீருக்கு சொற்பமாக பெய்த மழையை திட்டித் தீர்த்தனர். சென்னை வானிலை மையம் இது அற்ப மழைதான் என்கிறது.

(Chennai Corporation Blames Rain Intensity for Flooding; Met Dept Says 'This was Nothing' - The New IE 1.11.2015)

சென்னை மாநகராட்சி 353.94 கி.மீ நீளமுள்ள 1160 பேருந்து செல்லும் சாலைகளை பராமரிக்கின்றது. 1292.54 கி.மீ சிமென்ட் சாலைகள் உட்பட மொத்தம் 5563.06 கி.மீ நீளமுள்ள உட்புற சாலைகளை பராமரிக்கின்றனர். இவை தவிர புதிதாக சேர்க்கப்பட்ட பகுதிகளில் 1292.54 கி,மீ. நீளமுள்ள சாலைகளும் தற்போது சேர்க்கப்பட்டுள்ளது.

85 சதவீதம் தரமற்ற சாலைகள்தான் தற்போது சிங்கார சென்னையை அலங்கரித்துக் கொண்டிருக்கிறது. - உலகத்தரம்...

உலகத்தரம்... என ஓயாமல் பேசிப்பேசி உலகத்தரம் எது? உள்ளூர் தரம் எது? என்று புரியவில்லை. மனிதர்கள் நடப்பதற்கும் வாகனங்கள் செல்லும் தரம் இருந்தாலே போதுமடா சாமி என்றாகி விட்டது.

சாலைகளின் தரப்பரிசோதனையில் 85 சதவீதம் தரமற்றவை என்று வெளிப்பட்டுள்ளது. (2014.feb-15 TOI) 172 மாதிரிகளை சேகரித்து 27 மாதிரிகளை பரிசோதித்த போது 4 மட்டுமே தரமாக இருந்தன. தரமற்ற சாலைகளை மறுபடியும் போடச்சொல்லி தரப்பரிசோதனை செய்த 12 சாலைகளில் 3 மட்டுமே தேறியது என்றால் நிர்வாகத்தின் லட்சணத்தை பாருங்கள்.

தமிழக அரசு ரூ.400 கோடி ஒதுக்கி 10000 சாலைகள் போட திட்டமிடப்பட்டது. அனைத்தும் போடவில்லை என்றாலும் போடப்பட்ட சாலைகள் ஒரு மாதத்தில் காணாமல் போய்விட்டதாக பொதுமக்களிடமிருந்து புகார் குவிந்தது.

அதிகமான தொகைக்கு ஒப்பந்தம் எடுத்து தரமற்றதாக ரோடு போடுவதற்கு ஒப்பந்ததாரர்களிடையே மறைமுக ஒப்பந்தம் உள்ளது. அதிகாரிகள் கான்ட்ராக்டர்களை குறைசொல்லுகின்றனர். ஆனால் கான்ட்ராக்டர்களோ கவுன்சிலர்களும் அதிகாரிகளும் கேட்கின்ற கமிஷன் கொடுத்துவிட்டு மீதி தொகையில் சாலை போடுவதற்கு கட்டுப்படியாகவில்லை என்கின்றனர். மொத்ததில் மொட்டையடிக்கப்படுவதும் உயிரிழப்பதும் பொதுமக்கள்தான்.

கரடு முரடு, குண்டும் குழியும், திடீர் பள்ளங்கள் என அனைத்தையும் ஒரு சேர காணவேண்டுமா? சாதாரண காலங்களில் சிங்கார சென்னையை சுற்றி வாருங்கள். சாக்கடைகளும் மழைநீரும் கலந்து ஓடும் காட்சியை காண வேண்டுமா மழைத்தூறல் போடும் காலத்தில் சென்னையை சுற்றி வாருங்கள்.

7

‘டெங்கு’ வெளியே சொன்னால் ‘டங்குவார்’

93 சதம் வாக்குறுதிகளை நிறைவேற்றி விட்டதாக சென்னை மாநகராட்சி பெருமை பீற்றிக்கொள்கிறது. சென்ற ஆட்சியைவிட ஒரு எண்ணை கூட்டியோ அல்லது குறைத்துக்காட்டி சாதனைக்கு சான்றாக்குகிறது மாநகராட்சி.

மாநகராட்சியின் அனைத்து துறைகளும் மக்கள்மீது அக்கறையற்று வணிகமயமாகி வருகிறது. சென்னையில் மர்ம காய்ச்சல் மரணம் துவங்கிவிட்டது. டெங்கு காய்ச்சல் அதிமாகி வருகிறது. காரணம், கடுமையான குடிநீர் பற்றாக்குறையால் மக்கள் நான்கு முதல் ஐந்து நாட்கள் வரை தண்ணீரை பிடித்து வைக்கின்றனர். இதில் ஆபத்தான கொசுக்கள் பரவுகிறது.

டெங்கு காய்ச்சல் பற்றி மாநகராட்சி மருத்துவமனைக்கு நோயாளிகள் வந்தால் மண்டல சுகாதார அதிகாரிக்கு மட்டுமே தெரியப்படுத்த வேண்டும் என்று உத்தரவு. டெங்கு காய்ச்சல் கண்டுபிடித்தால் மாநகராட்சி அதிகாரிகளுக்கு முதலில் தெரிவிக்க வேண்டும் என்று சென்னையின் அனைத்து தனியார் பரிசோதனைக் கூடங்களுக்கும் சுற்றறிக்கை மூலம் உத்தரவு. உண்மை அறிந்து மக்களை காப்பாற்றுவதற்காக இந்த ஏற்பாடல்ல. மாறாக எண்ணிக்கையை குறைத்து காட்டி சாதனை பெருமை பீற்றிடத்தான் இந்த ஏற்பாடு.

சென்னை மாநகராட்சியில் 3200 மலேரியா ஊழியர்களை நியமித்திருப்பதாக அறிக்கை விட்டுள்ளனர். 17 லட்சம் வீடுகளுக்கு இவர்களை பங்கிட்டால் 531 வீடுகளுக்கு ஒருவர். ஒரு நாளைக்கு 18 வீடுகளில் கொசு மருந்து அடிக்க வேண்டும். இந்த கணக்குப்படி பார்த்தால் தெருவெல்லாம் நம் கண்களுக்கு கொசுக்களைவிட அவர்களே அதிகமாக தென்படுவர்.

ஒவ்வொரு வட்டத்திற்கும் 5 முதல் 8 பணியாளர்கள் மட்டுமே உள்ளனர் என்று பலர் கூறுகின்றனர். இவர்களில் சுமார் 700 பேர் தான் நிரந்தர தொழிலாளர்கள். மற்றவர்கள் ரூ.200 தினக்கூலிக்கு பணியாற்றுபவர்க்ள்.

ஒவ்வொரு வட்டத்திலும் குறைந்தபட்சம் 210 தெருக்கள் முதல் அதிகபட்சமாக 280 - 300 தெருக்கள் வரை உள்ளன. கண்டிப்பாக இந்த பணியாளர்களை வைத்து இந்த பணியை நடத்த முடியாது.

சுகாதார அலுவலர், ஆய்வாளர், அடிப்படை சுகாதார ஆய்வாளர், பணியாளர் என அனைத்திலும் பணியிடங்கள் போதுமான அளவு நிரப்பப்படவில்லை. இந்த பற்றாக்குறை பணியாளர்களே புகை மருந்து அடித்தல், தெளிப்பான், சம்ப், டேங்க், கிணறு போன்றவற்றிற்கு மருந்து அடித்தல், மாடுபிடித்தல் போன்ற பணிகளும் செய்கின்றனர். ஆய்வாளர்கள் பல நேரங்களில் இவர்களை இதர பணிகளுக்கும் பயன்படுத்துகின்றனர்.

அடையாள அட்டை இல்லாததால் பலவீடுகளில் உள்ளே செல்ல முடியவில்லை. போதுமான அளவிற்கு மருந்துகள் இல்லை என்றும் ஊழியர்கள் குறைபடுகின்றனர். மருந்து கொள்முதல் செய்ய இன்னும் டெண்டர் முடியவில்லை என்பது தனிக்கதை.

சென்னை மாநகராட்சி டெங்கு காய்ச்சலை உத்தரவு போட்டோ, உண்மையை மறைத்தோ ஒழித்துவிட முடியாது. புள்ளி விபர சாதனை முக்கியமில்லை. மக்களின் வேதனையும் உயிரும்தான் முக்கியம்.

உண்மை ஒரு நாள் வெளியாகும்; உலகம் அதிலே தெளிவாகும்.

8

வணிகமயமான மருத்துவத்துக்கு அமுதா - மேலும் ஒரு மரணசாட்சி

அழுகுரல், சாவு மேளச்சத்தம், வாகன இரைச்சல்... இதற்கிடையில், ''இந்த பாழாப்போன ஆபரேஷன் பண்ணக்கூடாது சார். தடைவிதிக்க வேண்டும் சார்'' என்று அமுதாவின் மரணத்திற்கு அஞ்சலி செலுத்த சென்ற என்னிடம் அமுதாவின் மாமனார் கண்ணீர் மல்க கூறினார். கதறிக் கதறி அவர் குரல் கம்மி போய் இருந்தது. மருமகளின் மரணத்திலும், அவர் மருத்துவரின் தவறுகளை கடந்து தறிகெட்ட மருத்துவ சந்தைக்கு எதிராகத்தான் கருத்தை முன்வைத்தார். அமுதா.. மாதர் சங்க உறுப்பினரோ.. மார்க்சிஸ்ட் கட்சி உறுப்பினரோ அல்ல.. நம்மில் ஒருவர். வணிகமய மருத்துவத்துக்கு பலியான மற்றுமொரு மரணசாட்சி.

அமுதாவின் பத்துமாத மரண பயணத்துக்கு பிள்ளையார் சுழி போட்டு துவக்கி வைத்தவர்கள் சென்னை தி.நகரில் உள்ள பாரதிராஜா மருத்துவமனையின் டாக்டர்கள் நடேசன், மாறன். மனிதன் சரக்குகளை உருவாக்கினான் என்ற நிலை மாறி சரக்கிற்காக மனிதன் என்ற நிலை உருவாகியதை காரல் மார்க்ஸ் மூலதன நூலில் குறிப்பிட்டுள்ளார். இந்த நடேசன்களும், மாறன்களும் முதலாளித்துவ அமைப்பில் சந்தைக்காக உருவாக்கப்பட்ட சரக்குகள் ஆவார்கள். கசாப்புக் கடைகளுக்கும் மருத்துவமனைகளுக்கும் இடையிலான வேறுபாட்டை குறைத்து சமமாக்கியவர்கள் இவர்கள். பணப்பாசறைக்கு கொலைத் தொழிலை கொள்கையாக கொண்டிருப்பவர்களோ என்ற சந்தேகம் எழுகிறது. எல்லா மருத்துவர்களையும் குறை சொல்ல முடியாது. மனிதாபிமானம் உள்ள மருத்துவர்கள் இன்னமும் இருக்கத்தான் செய்கிறார்கள். நோயாளிகளை அவர்கள் பணம் காய்ச்சும் மரமாக பார்ப்பதில்லை. கருணையுடன்தான் பார்க்கிறார்கள்.

மரண டைரி குறிப்பு

01.08.2014 அன்று அமுதா என்ற பெண்மணி சென்னை தி.நகரில் உள்ள பாரதிராஜா மருத்துவனைக்கு செல்கிறார். அவரது உடல் பருமன் குறைய மருத்துவர்கள் ஆலோசனை வழங்குகின்றனர்.

அறுவை சிகிச்சைக்கு முன்

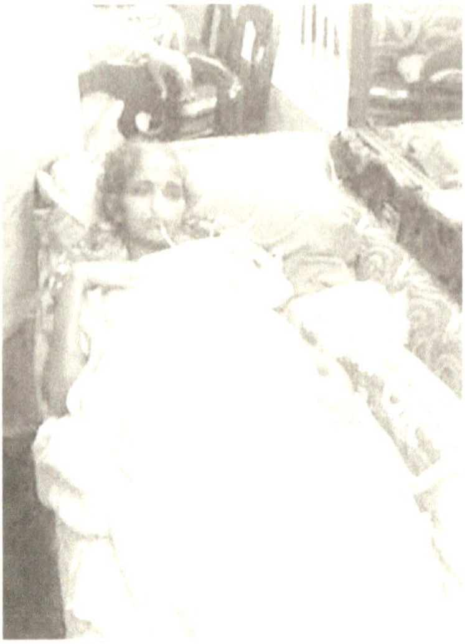

அறுவை சிகிச்சைக்கு பின்

குறிப்பிட்ட அறுவை சிகிச்சை செய்து கொண்டால் உடல் மெலிந்து அழகாக இருப்பீர்கள். வயதானாலும் இளமையாக இருப்பீர்கள். உங்களுக்கு இருக்கும் சர்க்கரை நோய் குணமாகிவிடும் என்று வியாபார விளம்பரம் செய்தனர். உடல் மெலியும், சர்க்கரை நோய் வராது என்று சொன்னதைக் கேட்டு அமுதாவும் அறுவை சிகிச்சைக்கு சம்மதித்தார். (நவீன மருத்துவத்தில் அமுதா நம்பிக்கை வைத்ததில் தவறில்லை.)

பிறகு என்ன? பிரியாணி கடை, பீட்சா கடையில் கோம்போ ஆஃபர் போல், அறுவை சிகிச்சைக்கு பேக்கேஜ் ரூ.5 லட்சம் என்றும் ரூ.3 லட்சம் அட்வான்ஸ் என்றும் பேசி வியாபாரம் முடிக்கப்பட்டது. மருத்துவர்கள் நடேசன், மாறன் தலைமையில் இந்த வியாபாரம் முடிக்கப்பட்டது. அமுதாவிற்கு 4 முறை பரிசோதனைகள் படுவேகத்தில் நடைபெற்றன. 11.08.2014ல் அறுவை சிகிச்சை நடந்தது. 14.08.2014ல் வீட்டிற்கு அனுப்பப்பட்டார். அறுவை சிகிச்சைக்கு பிறகு அவர் நலமானதாக தெரியவில்லை. ஆனாலும், அவர் டிஸ்சார்ஜ் செய்யப்பட்டுள்ளார். வீட்டுக்கு சென்றதில் இருந்து அமுதாவிற்கு தொடர்ந்து வயிற்று வலி, மார்பு வலி நீடிக்கவே மீண்டும் 26.08.2014ல் மருத்துவர்கள் நடேசன், மாறனிடம் சென்றார். அவர்கள் ஒன்றுமில்லை, 10 நாட்கள் பிசியோதெரபி செய்தால் சரியாகிவிடும் என ஆலோசனை வழங்கி சிகிச்சையளித்தனர்.

அறுவை சிகிச்சை செய்த இடத்திலிருந்து சீழும், நீரும் வெளியேறியது. எனவே, 31.08.2014ல் ஸ்கேன் எடுக்கப்பட்டது. இதன் முடிவில் மீண்டும் இரண்டாவது தடவையாக அமுதாவிற்கு அதே மருத்துவர்கள் அறுவை சிகிச்சை செய்தனர். 10.09.2014ல் எல்லாம் சரியாகிவிட்டது... போங்க என்று அனுப்பினர். ஆனால், இம்முறை உணவை வாயால் உட்கொள்ளும் நிலையில் அமுதா இல்லை. அதனால், வயிற்றில் உணவு செல்வதற்காக துளை போட்டு, உணவை குழாய் மூலமாக அனுப்பிட வேண்டிய கருவிகளுடன் வீட்டிற்கு அனுப்பினர். அடுத்த 10 நாட்களில் மீண்டும் அமுதாவுக்கு வலியும், இதர உபாதைகளும் ஏற்பட்டன.

அமுதா துடிப்பதைக் கண்டு தாங்க முடியாமல், அவரை அழைத்து சென்று விஆர்ஆர் மருத்துவமனையில் ஸ்கேன் எடுத்து பார்த்தனர். இந்த பரிசோதனை முடிவோ அடுத்த அறுவை சிகிச்சைக்கு வழிவகுத்தது. நடேசனும், மாறனும் அமுதாவின் கணவரை அழைத்து, எங்களுக்கு கட்ட வேண்டிய பாக்கி ரூ.1.75 லட்சத்தை கட்டினால், அமுதாவை அப்போலொவில் சேர்த்து அறுவை சிகிச்சை செய்ய அனுமதிப்போம். அந்த அறுவை சிகிச்சைக்கு தனியாக ரூ.10 லட்சம் செலவாகும் என்றனர். ஒவ்வொரு முறையும் பல லட்சங்களை முன்வைத்தே அமுதாவின் உயிர் விலை பேசப்பட்டது. நடேசன், மாறன் முடிவின்படி அப்போலொவில் சேர்த்து ரூ. 9 லட்சம் பணம் கட்டி அறுவை சிகிச்சை நடைபெற்றது. சிகிச்சையின் முடிவில் அனைவருக்கும் பேரதிர்ச்சி காத்திருந்தது. நடேசன் மற்றும் மாறன் தலைமையில் நடந்த முதல்அறுவை சிகிச்சையிலேயே அமுதாவின் வயிற்றுக்குள் காட்டன் துணியை வைத்து தைக்கப்பட்டிருந்தது கண்டுபிடிக்கப்பட்டது. இத்தனை ஆபத்தான நிலைக்கும் அதுதான் காரணம் என்று தெரியவந்தது.

இதற்கு முன்னால் நடேசனும், மாறனும் நடத்திய இரு அறுவை சிகிச்சைகளில் ஏன் இதை கண்டுபிடிக்கவில்லை? யாருக்கு தெரியும்? அறுவை சிகிச்சை நடத்தினார்களா, இல்லை அறைக்கு அழைத்துச் சென்றுவிட்டு, பணத்தை பறிக்க நடேசன்களும், மாறன்களும் போட்ட நாடகமா என்பது மருத்துவ உலகிற்கே வெளிச்சம்.

மீண்டும் அமுதாவின் உயிரை காப்பாற்ற வேண்டிய நெருக்கடி ஏற்பட்டது. உயிர் காக்க மறு அறுவை சிகிச்சை செய்ய ரூ.70 லட்சம் செலவாகும் என்றார்கள். அமுதாவின் குடும்பம்

நடேசனையும், மாறனையும் அணுகியது. நடந்த தவறுக்கு நீங்கள் செய்த அறுவை சிகிச்சைதான் காரணம் என்றது. அப்போது ஒரு நாடகத்தை நடேசன் அரங்கேற்றினார். ரூ.5 கோடிக்கு காசோலை கொடுத்தனர். நாங்கள் சொல்லும் தேதியில் காசோலையை வங்கியில் செலுத்துங்கள் என்று கட்டளையும் இட்டனர்.

வலி தாங்காமல் துடித்த அமுதாவை உயிர் காக்கும் அறுவை சிகிச்சைக்காக மீண்டும் மருத்துமனையில் சேர்த்தனர். அந்த மருத்துவமனைக்கு பணம் கட்ட வேண்டும் என்பதால், காசோலையை வங்கியில் போடலாமா என்று கேட்பதற்கு பாரதிராஜா மருத்துவமனை நிர்வாகத்தை அணுகினர். ஒரு மாதம் கழித்து போடுங்கள் என்று பதில் வந்தது. மீண்டும் அணுகியபோது இன்னும் ஒரு மாதம் கழித்து போடு என்றனர். காசோலை காலாவதி ஆகும் தேதி வரை காத்திருக்க அவர்கள் திட்டமிட்டுள்ளனர். காலம் கடந்தது. அமுதாவின் உயிர் ஊசலாடியது. இனியும் பொறுக்க முடியாது என்ற எண்ணத்தில், பணத்தை கேட்டு நெருக்கடி கொடுத்தபோது, 5 கோடி ரூபாய்க்கு ஆசையா..? உனக்கு 5 ஆயிரம் கூட தர முடியாது. இத்தன மாசம் முடிஞ்சிடுச்சி.. இனி உன்னால என்ன செய்ய முடியும்? என்று அடித்து விரட்டாத குறையாக குரைத்து விரட்டினர். நடேசன், மாறனின் சுயரூபம் வெளிப்பட்டது.

திக்கற்றவர்களுக்கு தெய்வமே துணை என்பார்கள். இதில் உண்மை இருக்கிறதா என்பது அதில் நம்பிக்கை இருப்பவர்களுக்குத்தான் வெளிச்சம். ஆனால், திக்கற்றவர்களுக்கும், பாதிக்கப்பட்டவர்களுக்கும் மார்க்சிஸ்ட் கட்சிதான் துணை. இது நூறு சதவீதம் உண்மை. அமுதாவின் கணவர் கவுரி சங்கர், மாதர் சங்கத்தையும், மார்க்சிஸ்ட் கட்சியையும் அணுகினார். முறைப்படி, சட்டப்படி மாதர் சங்கம் மனு கொடுத்து, பேச்சுவார்த்தை நடத்தி அமுதாவின் உயிரை காக்க வேண்டுகோள் விடுத்தது. மருத்துவமனை நிர்வாகம் தடாலடியாக மறுத்தது. அரசு நிர்வாகமோ, நடேசன், மாறன்களுக்கு ஆதரவாக இருந்தது. போராடுவதை தவிர வேறு வழியில்லை என முடிவெடுத்த மாதர் சங்கம் மற்றும் வாலிபர் சங்கம், அமுதாவுக்கு நியாயம் கேட்டு 11.3.15 அன்று மருத்துவமனையை முற்றுகையிட்டு ஆர்ப்பாட்டம் நடத்தப் போவதாக அறிவித்தன.

அரசியல் இயக்கங்கள்

உடனே நடேசன், மாறனுக்கு ஆதரவாக தமிழகத்தின் பெரிய கட்சிகளில் ஒரு கட்சியின் முன்னாள் துணை சபாநாயகர், மாநில கட்சிகள் சில, சாதிய பின்னணி கொண்ட அமைப்புகள், சமூக விரோதிகள், சில வழக்கறிஞர்கள் ஒன்று திரண்டனர். வேண்டுகோள், பேரம் பேசுவது, மிரட்டுவது என தங்கள் வேலைகளை காட்டினர். போராட்டத்துக்கு அனுமதி தரக்கூடாது என்று காவல்துறைக்கு, அரசியலில் செல்வாக்கு உள்ள சில கொள்கை வியாபாரிகள் நெருக்கடி கொடுத்தனர். அமுதாவின் உயிரை காக்க வேண்டிய இடத்தில் இருக்க வேண்டியவர்கள் உயிருக்கு விலைபேசி பணக்கொள்ளைக்கு துணை நின்றனர். மார்க்சிஸ்ட் கட்சியும் அதன் வெகுஜன அமைப்புகளும் அமுதாவுக்கு துணையாக நின்றன.

முற்றுகை போராட்டம் காலை 10 மணி என்றால் அதிகாலை 3.00 மணிக்கு மாறன் சஸ்பெண்ட் செய்யப்பட்டதாக போலி உத்தரவை காட்டி போராட்டத்தை நிறுத்த முயற்சி செய்தனர். அந்தப் பொய்யும் புஸ்வாணம் ஆகியது. இறுதியாக தடைகளை கடந்து போராட்டம் நடைபெற்றது. குற்றவாளிகளுக்கு தமிழக அரசு பாதுகாப்பு கொடுத்தது. நியாயவாதிகளை கைது செய்து காவலில் வைத்தது. நீங்கள் செய்வது நூற்றுக்கு நூறு சரிதான் என காவல்துறை கரிசனத்துடன் பேசினாலும், எல்லாம் மேலிடத்து உத்தரவு. நாங்க என்ன பண்ணறது என்றது. சட்டத்தின் ஆட்சிக்கு மேலிட உத்தரவுதான் தலைமை. அனைத்து உரிமை மீறலுக்கும் இந்த மேலிட உத்தரவுதான் கடவுளாக உள்ளது. முதலாளித்துவ அரசியல் கட்சிகளின் நிர்வாகிகள், பிரமுகர்கள்

**ஒரு அமுதா மட்டுமா..
பாதிக்கப்பட்டார். இல்லை.. பல
ஆயிரம் அமுதாக்கள்
பாதிக்கப்படுகிறார்கள்.
அவர்களில் உங்கள் தாய்
இருக்கலாம், சகோதரி
இருக்கலாம்,
மகள் இருக்கலாம்,
மனைவி கூட இருக்கலாம்.
எந்த உறவாக இருந்தாலும்
அவர்கள் யாருக்குமே
அமுதாவின்
நிலை வரக்கூடாது.**

விலைபோகும் சரக்காக மாறி விட்டனர். பணத்துக்கு அடிமையாகி அமுதாவின் உயிருக்கு உலை வைத்துக் கொண்டிருந்தனர்.

அரசு நிர்வாகம்

அமுதாவின் உயிர் பிரச்னையை அரசு நிர்வாகம் கண்டுகொள்ளவில்லை என்பதைவிட நடேசன், மாறன்களுக்கு ஆதரவாக இருக்கிறது. எந்த ஒரு கட்டத்திலும் புகாரை வாங்குவது இல்லை. கவுன்சிலர், சட்டமன்ற உறுப்பினர்கள் கண்டுகொள்ளவில்லை. அல்லது அவர்கள் மருத்துவமனைகளால் கவனிக்கப்பட்டார்களா என்பது தெரியாது. மருத்துவ கவுன்சில், சுகாதாரத்துறை என, எத்தனை எத்தனை அமைப்புகள். இவை அனைத்தும் அரசின் கருவி. துருப்பிடித்த இந்த கருவிகள் ஏழைகளுக்கு எப்போது உதவியது?

இறுதியாக அந்த சோகம் நிகழ்ந்தே விட்டது. இதயமற்றவர்களின் தவறான அறுவை சிகிச்சையால் அமுதா 19.5.15 அன்று இறந்து விட்டார். 10 மாத மரண பயணத்துக்கு அன்று முற்றுப்புள்ளி வைக்கப்பட்டது. இந்த 10 மாத காலம் அவரின் உயிர் வலியை யார் உணரப் போகிறார்கள்? விஷயம் இத்துடன் நின்று விடவில்லை.

எல்லா விஷயங்களிலும் போஸ்ட்மார்ட்டத்தின் அவசியத்தை வலியுறுத்தும் காவல்துறை, போஸ்ட்மார்ட்டம் பண்ணித்தான் அமுதாவின் உடலை வாங்குவோம் என்ற சம்பந்தப்பட்டவர்களின் வேண்டுகோளை மறுத்தது. அதெல்லாம் முடியாது என்று ஆயிரம்விளக்கு காவல்நிலைய ஆய்வாளர் அடம் பிடித்தார். அவரும் விலை போன சரக்காகத்தான் இருக்கமுடியும். பிறகு மாதர் சங்கம், மார்க்சிஸ்ட் கட்சி தலையீட்டின் பேரில் உயர் அதிகாரிகளின் உத்தரவால் போஸ்ட் மார்ட்டம் செய்யப்பட்டது.

அமுதாவின் மரணத்திற்கு நடேசன், மாறன்கள்தாம் காரணம் என்று அவரது குடும்பத்தார் குற்றம் சாட்டுகின்றனர். இருவர் மீதும் ஏற்கனவே, பதிவு செய்யப்பட்ட வழக்கை, தற்போது கொலை வழக்காக மாற்ற வேண்டும் என்று அவர்கள் வலியுறுத்துகின்றனர். சட்டப்படியும் கூட, இதுதான் சரி என்று சட்டம் அறிந்தவர்கள் கூறுகின்றனர். பணக்காரர்களின் கைப்பாவையாக உள்ள அரசு செவி சாய்க்குமா? மார்க்சிஸ்ட் கட்சியின் போராட்டம் தொடர்கிறது...

பிரபல டென்னிஸ் வீரர் சந்திரசேகர், நடிகை விஜி, வெளியே

சொல்லாத பல ஆயிரம் பேர் என வணிகமயமான மருத்துவத்தின் அட்டூழியங்கள் தொடர்ந்து கொண்டிருக்கின்றன. அமுதாவின் மரணத்தோடு இதற்கு முற்றுப்புள்ளி வைக்க வேண்டாமா? இது, மருத்துவர்களுக்கு எதிரான போராட்டமல்ல.. அமுதாவிற்கு நியாயம் கிடைக்க வேண்டும் என்பதற்கான போராட்டம். வணிகமயமான மருத்துவத்திற்கு எதிரான போராட்டம். யார் செத்தால் என்ன? என் பாக்கெட் நிரம்பினால் போதும் என நினைக்கிற அழுகிப்போன அரசியல் கலாச்சாரத்திற்கு, அதிகார வர்க்கத்துக்கு எதிரான போராட்டம். பண முதலைகளின் கருவியாக செயல்படும் அரசை மாற்றுவதற்கான போராட்டம்.

ஒரு அமுதா மட்டுமா.. பாதிக்கப்பட்டார். இல்லை.. பல ஆயிரம் அமுதாக்கள் பாதிக்கப்படுகிறார்கள். தற்போது வீதிக்கு வந்தது இந்த பிரச்னைதான். பாதிக்கப்படும் அமுதாக்களில் உங்கள் தாய் இருக்கலாம், சகோதரி இருக்கலாம், மகள் இருக்கலாம், மனைவி கூட இருக்கலாம். அவர்களில் யாருக்குமே இந்த நிலை வரக்கூடாது. தனி மரம் தோப்பாகாது; ஒற்றை மனிதரால் இதை எதிர்த்து நிற்க முடியாது. இந்த அட்டூழியங்களுக்கு எதிராக அணி திரள வேண்டும். அமுதாவின் மரணம் போராட்டத்தை முடிவுக்கு கொண்டுவந்து விட்டதாக யாராவது நினைத்தால் அது முட்டாள்தனமானது. மரணம் போராட்டத்தை முடிவுக்கு கொண்டு வராது. உண்மையில் அமுதாவின் மரணம் ஆயிரம் போராட்டக்காரர்களை உருவாக்கி உள்ளது. அதில் நீங்களும் ஒருவராக இருக்கலாம்.

குறிப்பு: இந்தக் கட்டுரை தீக்கதிரில் பேனர் செய்தியாக வந்து பல ஆயிரம் நெஞ்சங்களை உலுக்கியது.

9

போராடினோம்.. வென்றோம்.. தொடர்ந்து போராடுவோம்..

அவ்வளவு சீக்கிரம் மறந்து விட முடியுமா என்ன அந்த மரணத்தை... வணிக மய மருத்துவத்தின் மரண சாட்சியாக இன்றும் விளங்கிக் கொண்டிருக்கும் அந்த துயரத்தை...

அமுதா.. சென்னைவாசிகளின், தீக்கதிர் வாசகர்களின் நெஞ்சை சுட்ட பெயர்... உடல் மெலிய மருத்துவம் பார்க்கச் சென்றவரை லட்சக்கணக்கில் பணத்தை பறித்துக் கொண்டு, உருக்குலைத்து அனுப்பினார்கள். உடல் மெலிய வழி கேட்டவருக்கு, சுடுகாட்டுக்கு வழி சொன்னார்கள். அமுதாவின் மரணத்திற்கு காரணமான டாக்டர் மாறன் என்பவருக்கு டாக்டர் தொழில் செய்ய தடை விதித்திருக்கிறது தமிழ்நாடு மருத்துவ கவுன்சில்.

வலுவான போராட்டம்

மருத்துவரின் தவறான சிகிச்சையால் தான் அமுதா இறந்தார் என்று தேனாம்பேட்டை காவல் நிலையத்தில் அவரது கணவர் கௌரி சங்கர் புகார் கொடுத்தார். ஆனால் போலீசார் வழக்குப் பதிவு செய்யவில்லை. ஆளுங்கட்சி ஆதரவு, அதிகார பலம், பண பலத்தை கொண்டு கௌரி சங்கரை மருத்துவமனை நிர்வாகம் மிரட்டியது. மார்க்சிஸ்ட் கட்சி வலுவான போராட்டம் நடத்தியது. பின்னர் நீதி மன்ற உத்தரவின்பேரில் டாக்டர் மாறன், டாக்டர் நடேசன், டாக்டர் புஷ்பராஜ் ஆகிய 3 பேர் மீது வழக்கு பதிவு செய்யப்பட்டது. இதற்கிடையில் அகில இந்திய மருத்துவ கவுன்சில், தமிழ்நாடு மருத்துவ கவுன்சில் ஆகியவற்றுக்கும் புகார் அனுப்பப்பட்டது. தமிழ்நாடு மருத்துவ கவுன்சிலின் ஒழுங்கு நடவடிக்கை குழுவினர், டாக்டர் மாறன் மீதான புகாரை விசாரித்து அவர் தவறான சிகிச்சை அளித்ததை உறுதி செய்தனர். இதையடுத்து டாக்டர் மாறன் ஓராண்டு டாக்டர் பணி செய்வதற்கு தடை விதித்து மருத்துவ கவுன்சில் உத்தரவிட்டுள்ளது. மருத்துவ பதிவேட்டிலிருந்தும் அவர் பெயர் நீக்கப்பட்டது. இது மார்க்சிஸ்ட் கட்சியின் தொடர்ந்த போராட்டத்திற்கு கிடைத்த ஓரளவு

வெற்றியாகும். தற்போது வழக்கு நீதிமன்றத்தில் உள்ளது. அமுதாவின் குடும்பத்திற்கு நியாயம் கிடைக்கும் வரை மார்க்சிஸ்ட் கட்சி தொடர்ந்து போராடும். அனைத்திந்திய ஜனநாயக மாதர் சங்கமும், இந்திய ஜனநாயக வாலிபர் சங்கமும் துணை நிற்கும். இந்த போராட்டம் அமுதாவிற்கு மட்டுமல்ல.. பாதிக்கப்பட்ட அனைவருக்காகவும்தான். யாரும் வணிகமய மருத்துவத்தால் பாதிக்கப்படக் கூடாது என்பதற்காகவும்தான்.

எல்லாமே மார்க்சிஸ்ட் கட்சிதான்

அமுதாவைப் பற்றி பேச்செடுத்தாலே கணவர் கௌரிசங்கர் நொறுங்கிப் போய் விடுகிறார். பாக்கெட்டில் வைத்திருக்கும் அமுதாவின் போட்டோவை எடுத்துப் பார்த்து, அழத் தொடங்கி விடுகிறார். அமுதாவின் மரணத் துயரம் மனதைவிட்டு நீங்காத நிலையில் இருந்த அவர் நம்மிடம் கூறியதாவது:

மருத்துவமனை நிர்வாகம் என்னை பல வழியிலும் மிரட்டியது. நான் எங்கெங்கோ போய் முட்டி மோதிப் பார்த்தேன். எனக்கு யாருமே உதவி செய்யல. இந்த அநியாயத்தை தட்டிக் கேட்க முன் வரல. மார்க்சிஸ்ட் கட்சி, மாதர் சங்கம், டிஒய்எப்ஐதான் எனக்காக, என் குடும்பத்திற்காக, என் குழந்தைகளுக்காக போராடினாங்க.. அவங்கல்லாம் யாருன்னே எனக்கு தெரியாது.

பாரதிராஜா ஆஸ்பத்திரி முன்னாலே முற்றுகைப் போராட்டம் நடந்தப்ப, ஒருத்தங்க கைக்குழந்தையோட வந்து கலந்துகிட்டு அரெஸ்ட் ஆனாங்க.. அவங்க என் சொந்தக்காரங்க இல்ல. அவங்க யாருன்னே எனக்குத் தெரியாது.. (இதைச் சொல்லும்போது கவுரிசங்கரின் குரல் கம்முகிறது. விட்டால் அழுதுவிடுவார் போல் இருந்தது. அவர் குறிப்பிட்ட... கைக்குழந்தையுடன் கைதான தோழரின் பெயர் ஐஸ்வர்யா. இவர் அனைத்திந்திய ஜனநாயக மாதர் சங்க ஆயிரம்விளக்கு பொருளாளர். புஷ்பா நகர் சிபிஐ(எம்) பெண்கள் கிளை செயலாளர்.)

போலீஸ்ல புகாரை வாங்க மறுத்தப்ப.. போஸ்ட் மார்ட்டம் பண்ண மறுத்தப்ப மட்டுமல்ல, எல்லா சூழ்நிலையிலும் மார்க்சிஸ்ட் கட்சிதான் எனக்கு பக்க பலமா இருந்துச்சு.. இத்தனைக்கும் நானோ, என் குடும்பத்த சேர்ந்த யாருமே மார்க்சிஸ்ட் கட்சியோட உறுப்பினரோ, ஆதரவாளரோ கூட இல்ல.. அவங்க எல்லாம் எனக்கு ஆறுதலா இருந்தாங்க.. என்னை

டாக்டர் மாறன் ஓராண்டு டாக்டர் பணி செய்வதற்கு தடை விதித்து மருத்துவ கவுன்சில் உத்தரவிட்டுள்ளது. மருத்துவ பதிவேட்டிலிருந்தும் அவர் பெயர் நீக்கப்பட்டது.

சரியான முறையில் வழி நடத்துனாங்க..

டாக்டர்கள் நடேசன், மாறன், புஷ்பராஜ் மேல நான் புகார் கொடுத்தேன். மருத்துவ கவுன்சில் டாக்டர் மாறன் மேலதான் நடவடிக்கை எடுத்திருக்குது. இது எனக்கு ஓரளவுக்கு திருப்திதான். இவங்க 3 பேர் மேலேயும் போலீஸ் சாதாரண பிரிவுல வழக்கு பதிஞ்சப்ப.. மருத்துவ கவுன்சில் நடவடிக்கைக்கு பிறகு கிரிமினல் வழக்கு பதிவு செய்வோம்னு சொன்னாங்க. இப்ப கேட்டா, வழக்கு கோர்ட்ல இருக்கு. கோர்ட் டைரக்ஷன்படிதான் நாங்க நடவடிக்கை எடுப்போம்னு சொல்றாங்க.. என் மனைவியை அநியாயமா கொன்னுட்டாங்க.. அவங்க மரணத்துக்கு கோர்ட் மூலம் எனக்கு நீதி கிடைக்கும்னு நம்பறேன் என்று நம்பிக்கை தெரிவித்தார்.

பின்குறிப்பு: இந்த புத்தகம் அச்சேறும் வரையிலும் உயர்நீதிமன்றத்தில் அமுதாவின் கணவர் கௌரிசங்கரின் சட்டப் போராட்டம் தொடர்ந்து கொண்டிருக்கிறது.

10

ஓரு ஏரியும்... நூறு ஓநாய்களும்...

இது சிறுகதையின் தலைப்பல்ல. சிதைபடும் வாழ்வில் சிக்கியுள்ள மக்களின் பதைபதைப்பு. இரவின் நிசப்தத்தை குலைத்து சிற்றுந்துகளும், இருசக்கரவாகனமும் செல்லக்கூடிய தெருக்களை டிப்பர் லாரிகளும், டிராக்டர்களும், வெடிப்பொருட்களை எடுத்துச் செல்லும் வாகனங்களும் ஆக்கிரமித்துக் கொண்டுள்ளன. நடந்து செல்பவர்களும், பள்ளிக்குழந்தைகளும் பயமின்றி பயணித்த தெருக்கள் மறைந்து, உயிருக்கு பயந்து செல்லும் மரணப்பாதைகளாக தெருக்கள் மாற்றப்பட்டுள்ளன. அச்சமூட்டும் வாகனங்கள், அந்த ஊரின் பரந்த, பசுமையான ஏரியை சூறையாடத்தான் செல்கின்றன. சுமார் 247 ஏக்கர் பரப்பளவு உள்ள வாழ்வாதார ஏரியை இன்று, டிப்பர் லாரி, ராட்சச கிணறு வெட்டும் இயந்திரம், ஆழந்தோண்டும் மண் அள்ளும் இயந்திரம், வெடிப்பொருட்கள் என அனைத்தும் ஆக்கிரமித்துக் கொண்டுள்ளன. நீர் வாழ்வன, இரு வாழ்விகள் வெளியேறி பரந்த ஏரியை ஓநாய்களின் வேட்டைக்காடுகள் போல் குற்றுயிரும், குலையுயிருமாய் மாற்றி வருகின்றனர்.

தமிழகத்தின் பல பகுதிகளில் நடக்கக் கூடியது என்றாலும், காஞ்சி மாவட்டம் தாம்பரம் தாலுகா மாடம்பாக்கம் பேரூராட்சிக்கு உட்பட்ட மக்களுக்கு இது புதுவித தாக்குதலாகவே இருக்கிறது. வேலியே பயிரை மேயும் விதமாக, மாடம்பாக்கம் பேரூராட்சி நிர்வாகமே, இன்று மரணப்பாக்கத்தை படைத்துக் கொண்டிருக்கிறது. இந்த செயலை எதிர்த்து, இங்கே குடியிருக்கும் நூற்றுக்கணக்கான முன்னாள் இராணுவ, கப்பற்படை மற்றும் மத்திய மாநில அரசு அதிகாரிகள் உட்பட பொதுமக்கள் கேள்வி எழுப்பினால் அரசு தன் இரும்புக் கரத்தைக் கொண்டு அடக்கி வருகிறது. இந்த அரசு கொள்ளைக்காரர்களுக்கு ஆதரவாக செயல்படுவதையும், சரியாகச் சொன்னால், அரசு என்பதே பெருந்தனக்காரர்களின் அடக்குமுறைக் கருவிதான் என்பதையும் அந்த முன்னாள் அதிகாரிகள் உணர்ந்து கொண்டனர். இருந்தும், வாழ்க்கை போராட்டத்தை தொடர்வதை தவிர வாழ வழியில்லை என்ற சூழல் இவர்களை வழி நடத்திக் கொண்டிருக்கிறது.

பறிபோகும் பற்றாக்குறை வாழ்வு

மாடம்பாக்கம் பேரூராட்சிக்கு உட்பட்ட மாடம்பாக்கம், பதுவஞ்சேரி, நூத்தஞ்சேரி போல் 79 கிராமங்கள் அல்லது நகர்கள் உள்ளன. இம்மக்களின் விவசாயம், நஞ்சை, புஞ்சை, கால்நடை பராமரிப்பு, குடிநீர் உட்பட அனைத்து தேவைகளையும் இங்குள்ள 247 ஏக்கர் பரப்புள்ள ஏரி பூர்த்தி செய்து வந்தது. இப்பகுதியில் பராந்தக சோழன் கட்டிய 1100 ஆண்டுகள் பழமையான தேனுபுரீஸ்வரர் கோவில் உள்ளது. காஞ்சிபுரம் மாவட்டத்தில் உள்ள பெரிய ஏரிகளில் மாடம்பாக்கம் ஏரியும் ஒன்று. 640 ஏக்கர் பரப்பளவு கொண்ட ஏரி தற்போது 247 ஏக்கராக சுருங்கியுள்ளது. இந்த ஏரியின் மிகப்பெரும் சாதகம் இப்பகுதியில் சுமார் 600 ஏக்கரில் நஞ்சை விவசாயம் நடைபெறுவதாகும். 756 ஏக்கர் வரை புஞ்சை நிலங்கள் உள்ளன. இதிலும் இடைவெளி விட்டு இந்த ஏரியின் உதவியால் விவசாயம் நடைபெறுகிறது.

மாடம்பாக்கம் ஏரிக்கு உள்ள வரத்துக் கால்வாய்கள் அனைத்தும் நகர்மயத்தால் அடைபட்டுவிட்டது. மழைக்காலங்களில் மட்டும் நீர்பெறும் ஏரியாக மாறிவிட்டது. கோடையில் விளையாட்டு இடமாக பெரும்பகுதி காட்சி அளிக்கும். 40 அடி ஆழத்தில் கிடைத்த நிலத்தடி நீர் தற்போது 200 முதல் 250 அடி ஆழத்தில் கிடைக்கிறது. விவசாயத்திற்கும் பெரும்பகுதி இந்த ஏரியினால் கிடைக்கும் நிலத்தடி நீரை பயன்படுத்துகின்றனர். மாடம்பாக்கத்தில் 75 சதமான மக்கள் ஆழ்த்துளை கிணறுகளை (Borewell) பயன்படுத்துகின்றனர். பேரூராட்சி 25 சதவீதம் வீடுகளுக்குத்தான் குழாய் இணைப்பு கொடுத்துள்ளது. பற்றாக்குறையுடன்தான் விவசாயம், குடிநீர், இதர தேவைகளுடன் இப்பகுதி மக்கள்

வாழ்ந்து வருகின்றனர். இந்த பற்றாக்குறை வாழ்வையும் அரசு, பேரூராட்சி, பணத்தாசை பிசாசுகள் பறிக்க நினைக்கின்றன.

திட்டத்தில் திருட்டா? திருட்டுக்காக திட்டமா?

தமிழக பொதுப்பணித்துறைக்கும், பேரூராட்சிக்கும் கொள்ளையடிக்கும் குதர்க்க புத்தியுடன் புதிய ஞானோதயம் பிறந்துள்ளது. சிட்லப்பாக்கம் - மாடம்பாக்கம் கூட்டு குடிநீர் திட்டத்தை நிறைவேற்றுவது என்ற தீர்மானத்தை மாடம்பாக்கம் பேரூராட்சி நிறைவேற்றி, தீர்மானத்தை வெளியிடாமல் ரகசியமாக வைத்துக் கொண்டு அமலாக்க துவங்கி உள்ளனர். மாடம்பாக்கம் ஏரியிலிருந்து தினசரி 20 லட்சம் லிட்டர் தண்ணீர் எடுத்து 7 கி.மீ தொலைவில் உள்ள சிட்லப்பாக்கத்திற்கு 18 லட்சம் லிட்டர் தண்ணீர் வழங்கிவிட்டு, மீதி 2 லட்சம் லிட்டர் தண்ணீரை மாடம்பாக்கத்திற்கு பயன்படுத்துவது என்று திட்டம் வரையறுத்துள்ளனர். திட்டச்செலவு ரூ.300 லட்சம் அதாவது ரூ.3 கோடி என்று தீர்மானிக்கப்பட்டு செயல்படுத்த ஆரம்பித்துள்ளது. இத்திட்டத்தை அமலாக்க எந்தவித சட்டவிதிமுறைகளும் கடைபிடிக்கவில்லை. ஆய்வுபூர்வமான மதிப்பீடுகளும் இல்லை. இத்திட்டத்தின் விபரங்களை ஆய்வு செய்தால், திட்டம் நிறைவேறும்; திட்டத்தின் நோக்கம் நிறைவேறாது. திட்டத்தின் பெரும்பகுதி நிதி சூறையாடப்படும். இந்த திட்டத்திற்கு பின்னால், தண்ணீர் வியாபாரம், ஏரி ஆக்கிரமிப்பு, மண் வியாபாரம் என்று மூன்று கொள்ளைகள் நடைபெற துவங்கியுள்ளது.

பரந்த ஏரியை ஓநாய்களின் வேட்டைக்காடுகள் போல் குற்றுயிரும், குலையுயிருமாய் மாற்றி வருகின்றனர்.

ஆவணப் பொய்கள்

மாடம்பாக்கம் ஏரியின் ஆழம் மழைக்காலங்களில் 11.28 மீட்டர் என்று பொதுப்பணித்துறை ஆவணம் கூறுகின்றது. சாதாரணமாக ஏரியை பார்ப்பவர்கள் இது அப்பட்டமான பொய் என்பதை அறிவார்கள். தற்போது ஏரிக்கரையின் உயரம் 2.58 மீட்டர்தான் உள்ளது. ஏரியின் எந்த இடத்திலும் 11.28 அடி ஆழம் இருக்க வாய்ப்பே இல்லை.

இந்த திட்டத்திற்கு அனுமதி கொடுத்தவர்கள் பொதுப்பணி மற்றும் மாடம்பாக்கம் பேரூராட்சி நிர்வாகம் ஏரியின் கொள்ளளவு 52.65 MCFT (0.05 TMC) ஆகும். இதில் விவசாயத்திற்கு 28 MCFT (0.03 TMC) தேவைப்படும். மீதமுள்ள 25.79 MCFT (0.03)

இத்திட்டத்திற்கு போதுமானது என்று தெரிவிக்கின்றனர். விவசாய நீர் பயன்பாடுபற்றிய இந்த மதிப்பீடு தவறானதாகும். மாடம்பாக்கம், பதுவஞ்சேரி, நூத்தஞ்சேரி பகுதியில் 647 ஏக்கர் நஞ்சை பயிர்கள் பயிரிடப்படுகிறது. நஞ்சை நிலத்திற்கு எட்டு ஏக்கருக்கு ஒரு MCFT நீர் தேவைப்படும். இதற்கு மட்டும் 80.88 MCFT நீர் தேவை. இவை தவிர இந்த ஏரியை நம்பி 756 ஏக்கர் புஞ்சை நிலம் உள்ளது. இவற்றில் சரிபாதி விவசாயம் நடந்தால் கூட 12 ஏக்கருக்கு ஒரு MCFT கணக்கில் 30.50 MCFT தேவைப்படும். ஆனாலும், தற்போது 600 ஏக்கருக்கு மேல் விவசாயம் நடைபெறுவதாக அரசு ஆவணங்களே கூறுகிறது. மேற்குறிப்பிட்ட அளவிற்கு ஏரி நீர் கிடைக்காதபொழுது எப்படி 600 ஏக்கர் விவசாயம் செய்ய முடியும்? என்ற கேள்வி எழலாம். இப்பகுதி விவசாயிகள் ஏரியினால் சேமிக்கப்படுகிற நிலத்தடி நீரை பயன்படுத்தி தான் விவசாயம் செய்து வருகின்றனர்.

விவசாயம் என்றால் பயிர்கள் மட்டுமா? தோட்டம், பூங்கா, மேய்ச்சல் புல், உரம், கால்நடை வளர்ப்பு என்பதும் இணைந்ததுதான். இதற்கும் நீராதாரம் தேவைப்படும் என்பதை அரசு இயந்திரம் மறக்கவில்லை, மறைக்கிறது.

"பொது நீர்நிலையோ, தனியார் நீர்நிலையோ தண்ணீரை சேமிக்கவும், நிலத்தடி நீரை உயர்த்தவும் பயன்படுத்த வேண்டும்" என்ற நீர்நிலை பாதுகாப்பு சட்டம் அப்பட்டமாக மீறப்பட்டுள்ளது.

அரசு நிர்வாகம் கூறுவதுபோல் நீரின் அளவு 52.65 MCFT இருந்தால் இப்பகுதி மக்களுக்கு ஏன் குறைந்தபட்ச தண்ணீரை வழங்க முடியவில்லை. இந்தியாவில் ஒரு நபருக்கு ஒரு நாளைக்கு குறைந்தபட்ச தேவைகளை பூர்த்தி செய்ய 100 முதல் 150 லிட்டர் நீர் வழங்கப்பட வேண்டும். மாடம்பாக்கம் பகுதிக்கு தினசரி நபருக்கு 71 லிட்டர் வழங்குவதாக தமிழ்நாடு

குடிநீர் வடிகால் வாரியம் தெரிவிக்கிறது. இப்பகுதியில் குடியிருப்புகளில் 25 சதவீத வீடுகளுக்கு மட்டும்தான் குழாய் இணைப்புகள் உள்ளன. இவற்றில் மூன்று நாட்களுக்கு ஒருமுறை தண்ணீர் வழங்கப்படுகிறது. மற்றவர்கள் தெருக் குழாய்களில் மூன்று நாளைக்கு ஒருமுறை தண்ணீர் பெறுகின்றனர். இப்பகுதி மக்களில் 75 சதவிகிதம் பேர் ஆழ்குழாய் கிணறு (Borewell) அமைத்துதான் தண்ணீர் தேவையை பூர்த்தி செய்கின்றனர். 30 முதல் 40 அடி ஆழத்தில் இருந்த நிலத்தடி நீர் தற்போது 200 முதல் 250 அடி ஆழத்திற்கு சென்றுவிட்டது. இவை எதை உணர்த்துகிறது. மக்கள் தொகை அதிகரிப்பும், ஏரி நீரின் அளவு குறைந்துள்ளதையும் வெளிப்படுத்தவில்லையா? மக்களை ஏமாற்ற அரசு அடாவடி பொய்களையும் அடக்குமுறைகளையும் கையாள்கிறது.

திட்டத்தில் ஓட்டையில்லை... ஓட்டையில்தான் திட்டம்

நீர் இருக்கும் இடத்திலிருந்து நீர் இல்லாத இடத்திற்கு நீரைக் கொடுப்பது அவசியமானது. அடிப்படை உரிமையும் இதுதான். அனைவரும் ஆதரிக்க வேண்டியது. மாடம்பாக்கம் மக்களும், ஏரியும் இதற்கு மாறுபட்டது அல்ல. ஆனால் நீரே இல்லாத ஏரியிலிருந்து சிட்லப்பாக்கத்திற்கும், மாடம்பாக்கத்திற்கும் நீர் வழங்கப்படும் என்று திட்டம் போடுவதுதான் கேள்விக்குறியாக இருக்கும். ஒரு திட்டம் வரையறுக்கும் முன் அதுபற்றிய ஆய்வறிக்கை சமர்ப்பித்திட வேண்டும். அப்படி ஒரு வழிகாட்டு முறை இருப்பதாகவே நிர்வாகம் கண்டு கொள்ளவில்லை.

சிட்லப்பாக்கம் மக்களுக்கு நீர் கொடுப்பதற்கு சிட்லப்பாக்கத்திலேயே ஏரி உள்ளது. 86.86 ஏக்கர் பரப்பளவு உள்ள ஏரி தற்போது 46.88 ஏக்கராக சுருங்கி உள்ளது. இந்த ஏரியை பாதுகாக்க அப்பகுதி மக்கள் தொடர்ந்து இயக்கம் நடத்தி வருகின்றனர். உயர் நீதிமன்றம் ஆக்கிரமிப்புகளை அகற்றி ஏரியை பாதுகாக்க உத்தரவிட்டுள்ளது. சிட்லப்பாக்கம் ஏரி நீரின் தரம் பயன்படுத்த முடியாத அளவிற்கு மாசுபட்டுள்ளதாக அதிகாரப்பூர்வமற்ற காரணங்களை தெரிவிக்கிறார்கள். இரு ஏரி நீர்களின் தரமும் பெரும் வேறுபாடு இல்லாமல் சமமாக இருப்பதாகத்தான் ஆய்வறிக்கைகள் தெரிவிக்கின்றன.

நீரின் தரத்தை அளப்பதற்கு பி.எச் மதிப்பீடு (ph Value) அதாவது நீரில் உள்ள தாதுத் துகள்கள் அளவை வைத்து தீர்மானிக்கப்படுகிறது. இதன்படி சிட்லப்பாக்கம் ஏரியில் இந்த

பி.எச் அளவு 7.5 ஆகவும், மாடம்பாக்கத்தில் இதன் அளவு 8.0 ஆகவும் உள்ளது. இதேபோன்று சிஎம்டிஏ வெளியிட்ட ஆய்வில் நீரின் TDS தாது படிவங்கள் சிட்லப்பாக்கத்தில் 2.5 அ முதல் 8.0 அ, மாடம்பாக்கத்தில் 2 அ முதல் 6.5 அ வரை உள்ளது. நீரின் தரத்தின்படி சிட்லப்பாக்கம் ஏரியை பயன்படுத்த வாய்ப்பிருந்தும், அப்பகுதி மக்கள் கோரிக்கை வைத்தும் அவை புறக்கணிக்கப்படுவது ஏன்?

சிட்லப்பாக்கம் தவிர சேலையூர், செம்பாக்கம், ராஜகீழ்ப்பாக்கம் பகுதியில் ஏரிகள் உள்ளன. இவை மாடம்பாக்கம் ஏரியை விட சிட்லப்பாக்கத்திற்கு மிக அருகிலேயே உள்ளன. அதாவது 2 முஅ மீட்டர் தூரத்தில் உள்ளது. இங்கிருந்து ஏன் கூடுதல் நீர் எடுத்துச் செல்ல முடியாது.

4 லட்சம் இங்கே! 16 லட்சம் எங்கே?

இத்திட்டத்தின்படி தினசரி 20 லட்சம் லிட்டர் தண்ணீர் எடுத்து, 18 லட்சம் லிட்டர் சிட்லப்பாக்கம் பகுதிக்கும், மாடம்பாக்கத்திற்கு 2 லட்சம் லிட்டர் தண்ணீர் வழங்கப்படும் என்று தெரிவிக்கிறது. நிலத்தடி நீரை உறிஞ்சினால் தவிர இத்திட்டத்திற்கு 20 லட்சம் லிட்டர் தண்ணீர் கிடைக்காது. எப்படி எடுத்தாலும், சிட்லப்பாக்கம் பகுதியில் உள்ள மேல்நிலை நீர்த்தொட்டி 2 லட்சம் லிட்டர் தண்ணீர் கொள்ளளவாகும். மாடம்பாக்கத்தில் உள்ள பொதுமக்கள் பயன்படுத்தும் பூங்காவை அழித்து உருவாக்கப்படும் கீழ்நிலை நீர்த்தொட்டியின் கொள்ளளவு 2 லட்சம் லிட்டர் ஆகும். தினசரி எடுக்கப்படும் நீரில் இந்த 4 லட்சம் லிட்டர் போக மீதமுள்ள 16 லட்சம் லிட்டர் என்னவாகும்? இதற்கான விடை திட்டத்தில் இல்லை. இது சுழற்சி முறையில் வழங்கப்படுவதில் சரிகட்டப்படும் என்றாலும் அதை கண்காணிப்பதற்கு போதிய நிர்வாக ஏற்பாடு இல்லை.

ஆனால் திட்டத்தின் எழுதப்படாத நோக்கத்தில் தெளிவாக உள்ளது. அதாவது மாடம்பாக்கம் விவசாயத்தை அழித்து, நிலத்தடி நீரை உறிஞ்சி, இரு பேரூராட்சிகளுக்கும் கொடுக்கிறேன் என்ற பெயரால் “தண்ணீர் வணிகம், கொள்ளை” அமோகமாக நடைபெற உள்ளது. இத்துடன் மாடம்பாக்கத்தை விட 15 சதவீத மக்கள் தொகை அதிகமாக உள்ள சிட்லப்பாக்கத்திற்கு 18 லட்சம் லிட்டர் தண்ணீர் எப்படி பயன்படுத்தப்படும் என்ற கேள்வியும் இந்த “தண்ணீர் கொள்ளையை” உறுதிப்படுத்துகிறது.

2011ம் ஆண்டு மக்கள் தொகை கணக்கின்படி சிட்லப்பாக்கத்தில் 31,987 பேர்கள் வசிக்கின்றனர். தற்போது இது கூடுதலாக இருக்கும். பழைய கணக்குப்படியே அளவீடு செய்தாலும் 18 லட்சம் லிட்டரும் முழுமையாக வினியோகித்தால் ஒரு நபருக்கு 47 லிட்டர் தான் கிடைக்கும். மாடம்பாக்கத்தில் 2011ம் ஆண்டு மக்கள் தொகை கணக்கின்படி 31,681 பேர்கள் வசிக்கின்றனர். ஏற்கனவே வினியோகிக்கப்படுகிற குடிநீர் அல்லாமல் இந்த இரண்டு இலட்சத்தை கணக்கிட்டால் நபர் ஒருவருக்கு 6.3 லிட்டர் மட்டுமே கிடைக்கும். இவையெல்லாம் நடந்தால் நல்லது. ஆனால் மாடம்பாக்கம் ஏரியில் நீரில்லாதபொழுது ஒரே ஆண்டில் நிலத்தடி நீரை உறிஞ்சி வெளியேற்றிய பிறகு திட்டம் செயல்பட முடியாது. இவையெல்லாம் திட்டம் போடுபவர்களுக்கு தெரியாமலா இருக்கும்? திட்டத்தின் நோக்கம் வேறு என்பதால் இதற்கான விளக்கத்தை தெரிவிக்க முடியவில்லை.

விதி மீறலே விதியாகியது

“பொது நீர்நிலையோ, தனியார் நீர்நிலையோ தண்ணீரை சேமிக்கவும், நிலத்தடி நீரை உயர்த்தவும் பயன்படுத்த வேண்டும்” என்ற 2008ம் ஆண்டு நீர்நிலை பாதுகாப்பு சட்டத்தை மாடம்பாக்கம் பேரூராட்சி அப்பட்டமாக மீறியுள்ளது.

இந்த திட்டத்திற்கு, ஏரியின் ஆழம் குறைவாக இருப்பதால் கிணறுகளை வெட்டித்தான் நீர் எடுக்க வேண்டுமென்று பொதுப்பணித்துறை அனுமதி அளித்துள்ளது. கிணறு வெட்டுவதற்கான விதியின்படி ஏரியின் நீர்ப்பிடிப்பிற்கு வெளியே 25 மீட்டர் தூரத்தில்தான் கிணறுகள் வெட்ட வேண்டும் என்று தெரிவித்துள்ளது. இதை செய்யாமல் ஏரிக்குள் கிணறு வெட்டினால், சென்னை பெருநகர நிலத்தடி நீர் (ஒழுங்குமுறை) சட்டம் 1987, பிரிவு 14(2) சட்டத்தை மீறியதாகும்.

திட்டத்தின் எழுதப்படாத நோக்கம் “கொள்ளை” என்று இருப்பதால், விதிமுறைகளை விதவிதமாக மீறும் செயல் நடக்கிறது. அதாவது 100 அடி சுற்றளவில் 56 அடி ஆழத்திற்கு 5 கிணறுகளை மேற்கண்ட விதிகளின்படி வெட்டுவதற்கு அனுமதி அளித்தனர். ஏரியின் தற்போதைய பரப்பளவு மாவட்ட ஆட்சியர் அலுவலக ஆவணப்படி 247 ஏக்கர் ஆகும். இந்த ஏரி தற்போது முக்கோண வடிவத்தில் உள்ளது. இந்த ஏரியை 80 ஏக்கர் என்று சுருக்கி செவ்வக வடிவத்தில் புதிதாக வரைபடத்தை உருவாக்கி,

அதன் எல்லையிலிருந்து 25 மீட்டர் தூரத்தில் கிணறு எடுப்பதாக ஆவணங்களை உருவாக்கி உள்ளனர். சட்டத்தை மதித்து அமல்படுத்துகிறோம் என்பதற்காக 167 ஏக்கர் ஏரியின் நிலத்தை முழுங்கிவிட்டார்கள். தண்ணீர் கொள்ளைக்கு அடுத்து இங்கு ஏரியை விலைபேசும் பெரும் ஆபத்து உருவாகிவிட்டது.

மாடம்பாக்கம் மக்களின் ஆரோக்கிய வாழ்விற்கு சென்னை பெருநகர வளர்ச்சிக் குழுமம் 6.03.2002ம் ஆண்டு அனுமதி கொடுத்து 10,600 சதுர அடியில் பூங்கா உருவாக்கப்பட்டு, செயல்பட்டு வந்தது. குழந்தைகள் விளையாட்டு, முதியவர்களின் சந்திப்பு, நடைபயிற்சி என அனைத்தும் இயங்கிய ஒரு பூங்காவை, எந்த அனுமதியும் பெறாமல் இரவோடு இரவாக இடித்து நிரவி கீழ்நிலை தண்ணீர் தொட்டி கட்டி வருகின்றனர். இதுபோன்ற அத்துமீறல்கள், சட்டத்தின் ஆட்சி தமிழகத்தில் இல்லை; தடி எடுத்தவன் தண்டல்காரன் என்ற கொள்ளைக்கார ஆட்சிதான் நடக்கிறது என்பதைதான் வெளிப்படுத்துகிறது.

திட்டம் ரூ.3 கோடி கொள்ளை ரூ.40 கோடி

இதே காலத்தில் ஏரியில் 7.78 ஏக்கர் அதாவது 31,500 சதுர அடி ஆக்கிரமிப்பு உள்ளதாகவும், அதை அகற்ற வேண்டும் என்றும் காஞ்சிபுரம் மாவட்ட ஆட்சியரிடம் அனுமதி பெற்று வந்தனர். ஆக்கிரமிப்பு மற்றும் தடைகளை அகற்ற ஆட்சியரும் அனுமதி அளித்தார். அந்த அனுமதியில் ஆக்கிரமிப்பு உள்ள பகுதியின் மண் முழுவதுமாக அகற்றி ஆழப்படுத்த வேண்டும், அவ்வாறு அகற்றும் மூலம் கிடைக்கப்பெறும் மண்ணில் ஏரிக்கரை பலப்படுத்தப்பட்டது போக, மீதமுள்ள மணல் சுமார் 4725 லாரி லொடுகள் (2 யூனிட்) வரி செலுத்தி சந்தையில் விற்கலாம் என கூறப்பட்டிருந்தது.

ஆக்கிரமிப்புகளை அகற்றுதல், தடைகளை நீக்குதல், கரைகளை பலப்படுத்தல் வரவேற்கக் கூடியது. வழக்கமாக ஆமை வேகத்தில் நகரும் அரசுப்பணிகள், மாடம்பாக்கம் ஏரியில் மண் எடுத்தல் அசுர வேகத்தில் நடைபெறுகிறது. இதுவரை ஏரிக்கரையில் எந்த மண்ணும் கொட்டப்படவில்லை. ஏரியின் எல்லா இடத்திலும் உள்ள மண் வெட்டப்படுகிறது. 3 அடி ஆழத்திற்கு மட்டும் எடுக்க அனுமதி பெற்று 10 முல் 12 அடிகள் ஆழம் வரை பொக்லைன் வைத்து வெட்டப்படுகிறது. நிலத்தடி நீரை பாதுகாக்கும் மண்ணை எல்லாம் அள்ளிவிட்டு பாறைகளாக காட்சியளிக்க செய்துள்ளனர்.

மொத்தத்தில் ஏரி ஓநாய்களின் குதறலுக்கு ஆளாகி உள்ளது.

இந்த திட்டத்திற்கு பின்னால், தண்ணீர் வியாபாரம், ஏரி ஆக்கிரமிப்பு, மண் வியாபாரம் என்று மூன்று கொள்ளைகள் நடைபெற துவங்கியுள்ளது.

5000 லாரிகள் மட்டும் மண் விற்கலாம் என்ற நிலை கடந்து, இதுவரை 10,000க்கும் மேற்பட்ட லாரி மண் வெளியே சென்றுள்ளது. ஒரு லாரி மண் விலை ரூ.10,000 வரை விற்கப்படுகிறது. அரசு அனுமதித்த 5000 லாரிக்கு 5 கோடிகள் போக இதுவரை மேலும் 5 கோடிக்கான மண் சூறையாடப்பட்டு வருகிறது. தொடர்ந்து இன்னும் பல ஆயிரம் லாரிகள் மண் வெளியேற்றப்பட்டு விற்பனைக்கு செல்கிறது. தற்போதைய அசுர வேக மண் எடுத்தலில் சுமார் ரூ.40 கோடி முதல் ரூ.50 கோடிகள் வரை கொள்ளையடிக்கும் வாய்ப்பு உள்ளது.

ஒரே கல்லில் மூன்று மாங்காய்

ஒரு திட்டத்தில் குறைந்தபட்ச பலன் கூட கிடைக்காமல், அறிவிக்கப்பட்ட நோக்கம் நிறைவேறாமல், சிட்லப்பாக்கம் மக்களையும் ஏமாற்றி, மாடம்பாக்கம் மக்களையும் ஏமாற்றும் நிலை உள்ளது. ஒரு திட்டத்தை முன்வைத்து சாலைகள், பூங்கா, ஏரி, விவசாயம், குடிநீர் என அனைத்தையும் அழித்து வாரிச்சுருட்டும் வகையறாக்களாக உள்ளனர். இத்திட்டத்தில் பிரதானமாக மூன்று கொள்ளைகள் நடக்கிறது.

1) ஏரியிலிருந்து உறிஞ்சப்படும் தண்ணீரில் 16 லட்சம் லிட்டர் நீர் விற்கப்படுவதை தவிர, வேறு எதற்கும் பயன்படுத்த மாட்டார்கள்.

2) ஏரியின் பரப்பளவை 247 ஏக்கரிலிருந்து 80 ஏக்கராக குறைத்து மீதமுள்ள 167 ஏக்கரை பெரும் ரியல் எஸ்டேட் நிறுவனங்கள் மூலமாக ஆக்கிரமிக்கும் சூழல் ஏற்பட்டுள்ளது. அதற்காக திட்டமிட்டுள்ளனர்.

3) ஆக்கிரமிப்பை அகற்றுதல், தடைகளை நீக்கல் என்ற பெயரில் ஏரியின் நீர்ப்பிடிப்பை அழித்து, சுமார் ரூ.40 கோடி வரை கொள்ளையடிக்கும் செயல் நடந்து வருகிறது.

முதல் இரண்டும் நடைபெற உள்ளது. மூன்றாவது நடந்து கொண்டு இருக்கிறது. இவை தவிர திட்டத்தில் இருந்து பல லட்ச ரூபாய் சுருட்டும் பணிகளும் நடக்க வாய்ப்புள்ளது. எனவே, சிட்லப்பாக்கம்-மாடம்பாக்கம் கூட்டு குடிநீர் திட்டம் பெரும் கொள்ளைக்காகவே உருவாக்கப்பட்ட திட்டமாகும்.

மாடம்பாக்கத்தை மரணப்பாக்கமாக மாற்றாமல் இருக்க அங்குள்ள குடிமைச் சமுதாயம், குறிப்பாக இளைஞர்கள் சட்ட ரீதியாகவும், களத்தில் நின்றும் போராடி வருகின்றனர். நீர்நிலைகளையும், சுற்றுச்சூழலையும் பாதுகாப்பது இன்றைய தேவை. குடிமைச் சமுதாயம் கருத்து ரீதியான, சட்டப்படியான போராட்டம் நடத்துகிறபோது, அரசு அடக்குமுறை கருவி கொண்டு அடக்குகிறது. குதறும் ஓநாய்களை கண்டு, கதறாமல், குடிமைச் சமுதாயம் கரம் கோர்ப்போம்.

இம்மக்களின் குரலாக இருப்பது

1) மாடம்பாக்கம் ஏரி மட்டுமல்ல, சிட்லப்பாக்கம், செம்பாக்கம், ராஜகீழ்ப்பாக்கம், சேலையூர் ஆகிய ஏரிகளையும் சுத்தப்படுத்தி, பாதுகாத்து இப்பகுதி மக்கள் அனைவருக்கும் போதுமான அளவு நீர் வழங்க வேண்டும்.

2) இப்பகுதியில் உள்ள அனைத்து ஏரிகளையும் இணைக்கக் கூடிய முறையில் வரத்துக் கால்வாய்களை ஒழுங்குப்படுத்த வேண்டும்.

3) மாடம்பாக்கம் ஏரியில் அனுமதிக்கப்பட்ட அளவிற்கு மேல் மண் எடுத்து ஏரியை அழிக்கும் செயலை உடனடியாக தடுத்து நிறுத்த வேண்டும்.

4) ஏரியின் பரப்பளவை குறைத்து 80 ஏக்கராக சுருக்கி மீதமுள்ள 167 ஏக்கரை கபளீகரம் செய்ய இருப்பதை தடுத்து நிறுத்த வேண்டும்.

5) மக்கள் பயன்பாட்டிற்காக இருந்த பூங்காவை மீட்டெடுத்து கொடுக்க வேண்டும்.

11

விலையில்லா மரண நிலையம்

சென்னை தியாகராய நகர் (தி.நகர்) பேருந்து நிலையத்திற்கு 'விலையில்லா மரண நிலையம்' என பெயர் மாற்றம் செய்துவிட்டால் பொருத்தமாக இருக்கும். தமிழகத்தில் எத்தனையோ விலையில்லா பொருட்கள் வழங்கப்படுகின்றன. அவற்றில் மிக அதிகமாகவும் எந்தவித அடையாளச் சான்றுகளும் இல்லாமல் எளிதாக அடிக்கடி கிடைப்பது விலையில்லா மரணம்தான். அதுவும் தி.நகர் பேருந்து நிலையத்தில் போதும் போதும் என்ற அளவிற்கு கிடைக்கிறது. இதற்கு சமீபத்திய உதாரணம்தான் கடந்த ஜூன் 26ம் தேதி (26.6.2015) நடந்தது.

அமுதா என்ற 46 வயது பெண்மணி, பிளஸ் 2 முடித்த தனது மகனை கல்லூரியில் சேர்த்துவிட்டு தி.நகர் பேருந்து நிலையத்தில் பணிபுரியும் தனது கணவரை பார்க்க வந்தார். கூடவே அவருடைய மகளும், பேத்தியும் வந்திருந்தனர். மகளையும், பேத்தியையும் முன்னே அனுப்பி விட்டு, அமுதா பின்னே சென்றபோதுதான் அந்த விபரீதம் நடந்தது. பேருந்து நிலையத்தின் உள்ளே ஒரு பேருந்தை கடந்து செல்ல முயன்றபோது இரு பேருந்திற்கு இடையில் அமுதா மாட்டிக் கொண்டார். இரு பேருந்துகளின் இடையில் அமுதா, சுருள்போல் சுழற்றி எடுக்கப்பட்டார். பயணிகளின் கூக்குரலைவிட வேகமாக அமுதாவின் ஒரு எலும்பு விடாமல் அத்தனை எலும்புகளும் நொறுங்கின. உள்ளுறுப்புகள் சின்னாபின்னமாகி சிதைந்தன. கண்ணிமைக்கும் நொடியில் மரணம் சம்பவித்து விட்டது.

அம்மா என்று மகள் கதற.. பாட்டி என்று பேத்தி கதற.. வந்து போகும் பேருந்துகளின் இரைச்சலில் அந்த கதறல் மற்றவர்களுக்கு கேட்டது. ஆனால், அதிகார வர்க்கத்தினர் கேளாக் காதினராகத்தான் இருந்தனர். உயிர் வலியில் இருந்து அமுதா விடைபெற்றுக் கொண்டார். ஆனால், அந்த வலி அனைத்தும் அவரது குடும்பத்தினருக்கு போய் சேர்ந்து விட்டது.

கல்லூரியில் சேர்ந்த மகன், மேலும் இருமகள்கள், உடல்நலம் பாதிக்கப்பட்ட கணவர் என நால்வரின் வாழ்வை சுமந்த அமுதா,

நான்கு பேர் சுமந்து செல்லும்படி ஆக்கப்பட்டார். தி.நகர் பேருந்து நிலையம் அடுத்த சில நிமிடங்களில் சகஜ நிலைக்கு மாறியது. சம்பவத்தை பார்த்தவர்கள் தங்களுக்கான பேருந்தில் ஏறி பயணித்து விட்டனர். புதிய பயணிகளின் காதுகளில் ''ஏதோ ஆக்சிடென்ட்டாம்'' என்ற வார்த்தைகள் மட்டும் அரசல் புரசலாக விழுந்தது. அதற்கு பின்னர் வந்தவர்களுக்கு அதுவும் தெரியாது.

பொல்லாப்பில் மாட்டாத பொதுப்புத்தி

ஆனால், தங்கள் பேருந்து வராததால் காத்திருந்த சில பயணிகள், இங்க இப்படித்தான் அடிக்கடி நடக்குது. யாரு கேட்கறது என்று முணுமுணுத்தனர். வழக்கமாக அங்கு பேருந்து ஏற வரும் ஒருவர், போன வாரம் ஒரு பெரியவர் இப்படித்தான் இறந்தார் என்று கூறி அமுதாவுக்கும் சேர்த்து அனுதாபப்பட்டார். பேருந்து நிலைய ஊழியர்களும் சில காவலர்களும் இது நான்காவது விபத்து என்று பட்டியலிட்டனர். நடவடிக்கை எடுக்கவேண்டிய அதிகாரிகள் இது அந்தப் பெண்மணியின் தவறு, அடுத்து அந்த ஓட்டுநரின் தவறு என்று தீர்ப்பு சொல்லிவிட்டு தங்கள் பணிக்கு திரும்பி விட்டனர்.

பேருந்து நிலையத்திலும் பேருந்து நிலையத்தைச் சுற்றிலும் தொடர் விபத்து ஏற்படுவதற்கும் அப்பாவி உயிர்கள் பலியாவதற்கும் என்ன காரணம் என்று அவர்கள் சிந்திக்க தயாராக இல்லை.

அனைத்து விபத்துக்களுக்கும் காரணம் இறந்தவரும், ஓட்டுநரும் மட்டுமே என்ற காரணத்தை அவர்கள் கண்டுபிடித்து வைத்திருக்கிறார்கள் என்பதால், மற்றதை பற்றி அவர்கள் சிந்திக்க மாட்டார்கள்.

சகஜமான சம்பவங்கள்

நான்கு வருடத்திற்கு முன்பு காளிதாஸ் (47) என்ற ஓட்டுநர் இரு பேருந்துகளுக்கிடையில் சிக்கினார். அவரின் மார்பெலும்புகள் நொறுங்கின. ஒரு மாதம் மருத்துவமனையில் தீவிர சிகிச்சை பிரிவில் இருந்தும் அவரை காப்பாற்ற முடியவில்லை. கடந்த 23.01.2012 அன்று கணபதி என்ற முதியவர் மீது பேருந்து ஏறி அவரின் கால் முறிந்துவிட்டது. மருத்துவமனையில் உயிருக்கு போராடினார். கடந்த 19.11.2013 அன்று மற்றொரு முதியவர் மீது ஜி18 பேருந்து ஏறி அந்த இடத்திலேயே நசுங்கி இறந்தார். கடந்த 2014ம் ஆண்டும் இதே போன்ற ஒரு மரணம் நிகழ்ந்துள்ளது. கடந்த 19.06.2015 அன்று காலை 9 மணிக்கு ஆதம்பாக்கம் பணிமனையை சேர்ந்த பேருந்து, தி.நகர் பேருந்து நிலையத்தின் உள்ளே வந்தபோது பெரியவர் ஒருவர் நசுங்கி செத்துவிட்டார். தற்போது கடந்த 26ம் தேதி (ஜூன் 26) மாலை 5.45 மணிக்கு அமுதாவுக்கு அதே கதி ஏற்பட்டுவிட்டது. இந்த உயிர் பலிக்கெல்லாம் யார் காரணம்? யார் பொறுப்பேற்பது?

கடந்த 2012-ம் ஆண்டு கணபதி என்பவர் இறந்தபோதே, இந்த மரணக் கணக்கு தொடரக் கூடாது முற்றுப்புள்ளி வைக்க வேண்டும் என்று பத்திரிகைகளில் எழுதினார்கள். ஆனால், அரசும், அதிகாரிகளும் இதுபோன்ற கொடூரமான மரண கணக்கு தொடர, கமா போட்டுக் கொண்டு வருகிறார்கள். இதுவரை நிகழ்ந்த மரணங்கள், விபத்து குறித்து, விபத்து பிரிவுக்கு சென்று கேட்டால் விவரம் தர மறுக்கின்றனர். மேலே நாம் குறிப்பிட்டுள்ளவை பத்திரிகையில் வெளியான சில செய்திகள் மட்டும்தான்.

கொள்ளாத வாயில் கொள்ளிக்கட்டை?

சென்னை மாநகரில் பேருந்து நிலையத்துடன் கூடிய பணிமனைகளாக திருவான்மியூர், தி .நகர், அண்ணாநகர், அம்பத்தூர், கே.கே.நகர், வடபழனி, மந்தைவெளி இவற்றுடன் தற்போது இணைந்துள்ள பெசன்ட் நகர், ஆதம்பாக்கம் என ஒன்பது பணிமனைகள் உள்ளன. இவற்றில் குறிப்பாக தி.நகர்

பேருந்து நிலையம் நகரின் மையப்பகுதியில் உள்ளது. இந்த பேருந்து நிலையத்தின் தேவையும் கூட்டமும் அதிகரித்த அளவுக்கு அரசின் கவனமும், அக்கறையும் இதன் மீது இல்லை. இதனால், தி.நகர் பேருந்து நிலையம் மரண பேருந்து நிலையமாக மாறியுள்ளது.

இரண்டு ஏக்கர் பரப்பளவு உள்ள பேருந்து நிலையத்தில் மூன்று நேரக்காப்பாளர் அலுவலகம் உள்ளது. பயணச்சீட்டு அலுவலகம், பணிமனை அலுவலகம், பெண் ஊழியர்கள் ஓய்வறை, ஆண் ஊழியர்கள் ஓய்வறை, விரைவு போக்குவரத்து கழகத்தின் பயணச்சீட்டு முன்பதிவு அலுவலகம், இவை தவிர, மாதாந்திர பஸ் பாஸ் எடுப்பதற்கான பெரும் வரிசை என பெரும் பகுதி இடம் இதற்காக போய்விட்டது. மீதமுள்ளவற்றில் மக்கள் காத்து நிற்பதற்காக மேடை அமைக்கப்பட்டுள்ளது. இதுவும் போதுமானதாக இல்லை. அதனால், பேருந்து வருகிற இடத்திலும் நிற்க வேண்டிய நிலை உள்ளது. அலுவலகங்களுக்கான நிலப்பரப்பு போக மீதமுள்ள இடத்தில் 35 முதல் 40 பேருந்துகள் மட்டும்தான் நிறுத்த முடியும். திநகர் பேருந்து நிலையத்தில் 84 பேருந்துகள் உள்ளன. ஆனால், எத்தனை பேருந்துகள் வந்து, நின்று போகின்றன தெரியுமா? தெரிந்தால் அதிர்ச்சியாக இருக்கும். 400 பேருந்துகள் 2290 முறைகள் வந்து செல்கின்றன. அதாவது 12 மணி நேரம் என கணக்கிட்டால் கூட மணிக்கு 190 பேருந்துகள் நிமிடத்திற்கு 3 பேருந்துகள் உள்ளே வந்து செல்கின்றன. விபத்து நடக்கிற காலை, மாலை நேரத்தில் இந்த வருகை அதிகம். 35 பேருந்துகள் நிற்கிற இடத்தில் 85 அல்லது 90 பேருந்துகள் வந்து செல்ல வசதி உள்ள இடத்தில் இத்தனை பேருந்துகளும், ஆயிரக்கணக்கான மக்களும் வந்து செல்லும் நிலை உள்ளது. இந்த நெருக்கடியைப் போக்க, நெரிசலைப் போக்க அரசும் அதிகாரிகளும் எவ்வித முயற்சிகளையும்

யாரோ 4 பேர் செத்தால் நமக்கென்ன என்று இருக்க முடியாது. தினமும் பேருந்தில் பயணிக்கும் பல லட்சக்கணக்கான பயணிகளில் நாமும் அடக்கம்.

நடவடிக்கையும் எடுக்கவில்லை. மாறாக எத்தனை எத்தனை உயிர்கள் நசுங்கினாலும், எங்கள் பேருந்து சக்கரம் நிற்க கூடாது. வருமானம் குறையக்கூடாது என்பதில் கறாராக இருக்கின்றனர்.

டீசல் சிக்கன விபத்து

தற்போது நடைபெற்ற விபத்திற்கு முழுக்க முழுக்க அரசு மற்றும் அதிகாரிகள்தான் மூலக்காரணம் ஆவார்கள். அடுத்தடுத்து நடைபெற்ற இரு விபத்ததுக்களிலும் சம்பந்தப்பட்டவர்கள் பயிற்சிப் பள்ளி மாணவர் ஓட்டுநர்கள் ஆவார்கள். அவர்கள் பயிற்சி முடித்து பணிக்கு செல்லும் முன்பாக டீசல் சிக்கன பயிற்சி என்ற இலக்கை முடிப்பதற்காக கற்றுக் கொள்ள வேண்டும். அதாவது ஒரு லிட்டர் டீசலுக்கு 5.5 கி.மீ. ஓட்டி காட்ட வேண்டும். இதை முடித்தால் தான் அவர்கள் முழு ஓட்டுநர்கள் என்று சான்று கொடுத்து பணிக்கு அனுப்புவார்கள். இது மக்கள் உயிரோடு விளையாடும் ஒரு ஆபத்தான பயிற்சி. மரண விளையாட்டாகும். டீசல் சிக்கனம் என்றால் ஆக்சிலேட்டரை அடிக்கடி அழுத்தக்கூடாது. பிரேக் அழுத்தினால் ஆக்சிலேட்டரை அழுத்த வேண்டும். இதனால் பிரேக் அழுத்துவதை குறைத்துக் கொள்வார்கள். இதனால் விபத்து நேர்கிறது. வேலை என்ற வாழ்க்கைப் போராட்டம் ஓட்டுநருக்கு. மக்கள் உயிரைவிட அரசுக்கு டீசல் முக்கியம்.

கடந்த 2012-ம் ஆண்டு தி.நகர் பேருந்து நிலையத்தில் நடைபெற்ற விபத்தையொட்டி 30 ஆண்டுகள் அனுபவம் வாய்ந்த பகவந்த் என்ற ஓட்டுநர் பேட்டி அளித்துள்ளார். அதில் அவர்,பேருந்தின் பிரேக் பிடிக்கும் சக்தியை 35 முதல் 40 சதம் வரை இருக்கும் அளவில் வைக்கின்றனர். எந்த ஒரு வண்டிக்கும் பிரேக் பிடிக்கும் திறன் 70 சதம் இருந்தால்தான் பாதுகாப்பானது என்று கூறியிருக்கிறார். ஒரு சில லிட்டர் டீசல் சிக்கனத்துக்கு ஆசைப்பட்டு, பல உயிரைப் பறிக்கும் அரசு மற்றும் அதிகாரிகளை என்னவென்று சொல்வது? போக்குவரத்து ஊழியர்கள் தங்களது நியாயமான கோரிக்கைகளுக்காக வேலைநிறுத்தம் செய்தால், கத்துக்குட்டி டிரைவர்களை வைத்து அப்பாவி உயிர்களை பலி வாங்கும் அரசுதானே இது?

டீசல் சிக்கனத்திற்கு மற்றொரு சொந்த அனுபவம். 13.06.2015 வேலூரிலிருந்து கூட்டம் முடித்து இரவு 8.30 மணிக்கு ஏசி பேருந்தில் சென்னை திரும்பிக் கொண்டிருந்தேன். பேருந்தில்

அனைத்து இருக்கைகளும் நிரம்பி இருந்தன. காவேரிபாக்கம் ஊருக்கு முன்னால் வந்தவுடன் பேருந்தின் பின் பகுதியில் இருந்த 7 பேர்கள் வந்து ஏசி வரவில்லை என நடத்துனரிடம் தெரிவித்தனர். அவர் ஓட்டுநரிடம் கூறினார். ஏதோ கையைவிட்டு துழாவிவிட்டு இப்ப ஏசி வரும் என்றார். சிறிது நேரம் கழித்து மீண்டும் வந்தனர். இப்போது நடத்துனரே இங்கும் அங்கும் சிலவற்றை தொட்டுப் பார்த்தார். ஆட்டோ கண்ணாடியை திருப்பினால் ஆட்டோ ஓடும் என்ற சினிமா காமெடி போல் இப்பபோய் உட்காருங்க ஏசி வரும் என்றார். மீண்டும் வரவில்லை. இதனால் சூடான பயணிகள் ஒரு கட்டத்தில் வண்டியையே நிறுத்தி விட்டனர்.

அப்போது பயணிகளில் ஒருவர், ஏசியில் கோளாறு இல்ல சார். நிர்வாகத்தில கோளாறு சார் என்றார். அவரே தொடர்ந்தார்.. நீங்கள் வண்டியில் ஏறி உட்கார்ந்தபோது குளு குளு என்று இருந்திருக்குமே.. அப்ப மட்டும் மிஷின் ரிப்பேர் இல்லையா? டீசல் மிச்சம் பிடிக்க ஏசியை குறைக்கணும். அதற்கு ஏற்றவகையில் செட்டப் செய்வார்கள். அவ்ளோதான் சார்.. வண்டிய எடுக்க சொல்லுங்க.. சீக்கிரம் வீடு போய் சேர வேண்டும் என்றார். ஏசி பேருந்தில் டீசல் சிக்கனம், வேர்வையும் வெக்கையும் ஏற்படுத்தும். ஆனால், பிரேக் திறனை குறைத்தால் பல நூறு மக்களின் உயிரைக் குடிக்கும். அரசுக்கும் அதிகாரிகளுக்கும், வெக்கையில் வெந்தால் என்ன? சக்கரத்தில் நசுங்கி செத்தால் என்ன,? எங்களுக்கு தேவை டீசல் இல்லாமல் வண்டி ஓட வேண்டும். நக்குற நாய்க்கு செக்கா இருந்தா என்ன? சிவலிங்கமா இருந்தா என்ன? நாக்குக்கு எண்ணெய் வேண்டும் அவ்வளவுதான்.

உள்ஓட்டுநர்கள் ஒழிப்பு?

தி.நகரில் உள்ள பணிமனை சுமார் 90 வண்டிகளுக்கு டீசல் பிடிப்பதற்கும், உள்ளே வந்த வண்டிகளை ஒழுங்காக எடுத்துவிடுவதற்கும் 25 ஓட்டுநர்கள் இருந்தனர். சிக்கனம் என்ற பெயரால் நிர்வாகம் இந்த பதவிகளை ஒழித்து விட்டது. தற்போது உள்ளே வருகிற வண்டிகளை எடுத்து ஒழுங்குபடுத்திவிட காலையில் இரு ஓட்டுநர்களும் மாலையில் இரு ஓட்டுநர்களும் உள்ளனர். நிமிடத்திற்கு மூன்று பேருந்துகளை எங்கே எடுத்து விடுவது. அவர்களும் ஆளுங்கட்சியை அனுசரித்து ஓரம்போய் ஓய்வெடுக்க சென்றுவிடுகின்றனர். எனவே பேருந்தில் வருகிற ஓட்டுநரும் நடத்துனரும் நிற்க இடம் இல்லாத நிலையில்

குறிப்பிட்ட முறையை முடிக்க வேண்டும் என்ற அவசரத்தில், வேகவேகமாக இயற்கை கடனை முடித்து பதட்டத்தில் வண்டியை எடுக்கும்போது மக்களின்.. பயணிகளின் நிலைமையை எண்ணிப் பாருங்கள்?

இடவசதியை ஏற்படுத்தாமை

40 பேருந்துகள் நிற்கிற இடத்தில் 400 பேருந்துகள் இயக்குவது, தி.நகரில் உள்ள 85 பேருந்துகள் மொத்தம் 680 முறை வந்து போகக்கூடிய இடத்தில் 2290 முறைகள் வந்து போகும் நிலை உருவான போதும் அதிகாரிகள் இடவசதி மாற்று ஏற்பாடுகள் பற்றி சிந்திக்காததுதான் தொடர் விபத்திற்கு காரணம் ஆகும். தி.நகரில் பெரிய பெரிய வணிக நிறுவனங்களுக்கெல்லாம் வானுயுர கட்டிடம் கட்டுவதற்கு இடம் கிடைக்கிறபோது பேருந்து நிலையத்திற்கு இடம் இல்லை என்பது மக்கள் உயிரை மதிக்காத அரசு என்பதற்கு எடுத்துக்காட்டு.

உறுமிக் கொண்டு பேருந்து நிலையத்தின் உள்ளே வரும் பேருந்தை கண்டு மக்கள் இங்கும் அங்கும் ஓடும்போது மறுபக்கத்தில் ஒரு பேருந்து வரும். அந்த நிமிடத்தில் அது எம வாகனமாக தோற்றமளிக்கும்.

தி.நகர் பேருந்து நிலையத்தின் காட்சிகள் அச்சமூட்டுவதாகவே இருக்கும், பேருந்து நிலையத்தின் உள்ளே மக்கள் கூட்டம் நிற்கும். உறுமிக் கொண்டு உள்ளே வரும் பேருந்தை கண்டு மக்கள் இங்கும் அங்கும் ஓடும்போது மறுபக்கத்தில் ஒரு பேருந்து வரும். மீண்டும் இந்தப்பக்கம் ஓடிவருவார்கள். மொத்தத்தில் அந்த நிமிடத்தில் அது எமவாகனமாக தோற்றமளிக்கும். அங்கிருக்கும் அதிகாரிகள் சவக்கிடங்கு ஏஜன்ட்டுகளாக காட்சி அளிப்பார்கள்.

தொழில்முறை அணுகுதல் விஞ்ஞான பார்வை:

விபத்துக்களை தடுப்பதற்கான ஒரு தொழில்முறையிலான அணுகுமுறை இல்லை என்று அரசு போக்குவரத்து துறை தலைவராக இருந்த எஸ்.ஏ.விஜயகுமார் தெரிவிக்கிறார். விபத்து ஓட்டுநரின் குற்றமா இல்லையா என்று பார்ப்பதைவிட இதை

தவிர்க்க முடியுமா முடியாதா என்று விஞ்ஞான ரீதியில் முடிவெடுக்க வேண்டும் என்கிறார்.

சென்னை ஐஐடி போக்குவரத்து பொறியியல் துறை தலைவராக இருந்த திரு.தமிழரசன், ஓட்டுநர்கள் பாதுகாப்பாக ஓட்டினால் சிறிது வருமானம் குறையும். எனவே இதற்கான அளவுகோல் மாற வேண்டும். ஓட்டுநர் திறன் என்பது சுத்தமான முறையில் வருமானத்துடன் இணைத்து பார்க்க கூடாது. பொதுப்போக்குவரத்து சமூக கடமை என்று கருதி இயக்காவிடில் நிலைமையில் எந்த மாற்றமும் ஏற்படாது என்று கூறுகின்றார்.

காளிதாஸ், கணபதி, அமுதா போன்றவர்களின் பட்டியலில் இன்னும் பலரும் சேராமல் இருக்க வேண்டுமா? தி.நகர் பேருந்து நிலையம் மரண நிலையமாக மாறிக் கொண்டிருப்பதை தடுக்க வேண்டுமா? தமிழக அரசும் போக்குவரத்து துறையும் மக்கள் உயிர்பறித்து பணம் சம்பாதிக்கும் தொழிலை கைவிட்டு மக்கள் நலன் கருதி போக்குவரத்து இயக்கப்பட வேண்டும். ஊழியர்கள் பற்றாக்குறை நீக்கப்பட வேண்டும். பேருந்துகளை ஒழுங்காக பராமரிப்பது, உதிரி பாகங்கள் வழங்குவது நடைபெற வேண்டும். தி.நகர் பேருந்து நிலைய தொடர் விபத்திற்கு டீசல் சிக்கனம், உள்ஓட்டுநர் ஒழிப்பு, இடப்பற்றாக்குறையும் இதற்கான அதிகாரிகளுமே பொறுப்பு.

யாரோ 4 பேர் செத்தால் நமக்கென்ன என்று இருக்க முடியாது. தினமும் பேருந்தில் பயணிக்கும் பல லட்சக்காணக்கான பயணிகளில் நாமும் அடக்கம். நகர வாழ்வில் நாமும் இந்த மரண நிலையங்களை சந்தித்துதான் ஆகவேண்டும். அந்த மரண பட்டியலில் (`ஹிட் லிஸ்ட்) நமது பெயர்களும் இடம் பெற்றிருக்கிறது. நமக்கு எதுக்கு பொல்லாப்பு என்று ஒதுங்கினால், இந்த மரண பட்டியலில் இருந்து நாமும் நமது குழந்தைகளும் தப்பிக்க முடியாது.

விலையில்லா மரணத்துக்கு முடிவு கட்ட வேண்டுமானால், நமது உயிரை துச்சமாக மதிக்கும் அரசு மற்றும் அதிகாரிகளின் ஆணவத்தை அடக்க வேண்டும். அதற்கான அணிவரிசையில் எல்லொரும் பங்கெடுக்க வேண்டும்.

12

இடிபாடுகளில் புதைந்து..
செய்திகளில் மிதந்து..

இடிபாடுகளில் புதைந்து செய்திகளில் மிதந்து செத்துப்போகும் அவலம் தொடர்கிறது. சென்னை ஆலந்தூர் தொகுதி மௌலிவாக்கம் பஞ்சாயத்தில் 11 மாடிக்கட்டிடம் இடிந்து விழுந்தது. இதுவரை 18 பேர் இறந்துள்ளனர். எத்தனை பேர் உள்ளே புதைந்துள்ளனர் என்று யாருக்கும் தெரியாது. உத்தேச கணக்குள் உலாவி வருகின்றது. சிரமங்களுக்கிடையில் மீட்புப் பணிகள் சிரத்தையுடன் நடைபெறுகின்றன.

காக்காய் உட்கார பனம் பழம் விழுந்த கதை என்பதாக வழக்கம் போல் இடியின் மீதும் மழையின் மீதும் பழி போடும் படலம் துவங்கிவிட்டது. இரு தளங்கள் மண்ணுக்குள்ளே புதைந்துவிட்டன. மற்ற தளங்கள் காகித அட்டை போல் சரிந்து விழுந்துள்ளன. 11 மாடிக் கட்டிடம் விதி மீறி கட்டப்பட்டுள்ளதா இல்லையா என்பதை கோட்டையில் இருப்பவர்கள் வேண்டுமானால் அறியாமல் இருக்கலாம். உள்ளூர் பொறியாளருக்கும், அதற்குமேல் உள்ள மண்டல பொறியாளர்களுக்கும் தெரியாதா? மண் பரிசோதனை செய்யாமல் அனுமதிக்கப்பட்டுள்ளதாகவும், ஏரியின் நீர் வழியில் கட்டப்பட்டுள்ளதாகவும், களிமண் பகுதி எனவும் மக்கள் தெரிவிக்கின்றனர்.

இது போன்ற மரணங்கள் நடக்கின்ற போது அரசுச் சட்டங்கள் பற்றியும், விதிமுறைகள் பற்றியும் சத்தமாகப் பேசுவதும் அறிக்கைவிடுவதும் எப்போதும் நடக்கிறது. இறந்தவர்களின் இறுதி சடங்குகள் முடிவதற்குள் செய்திகள் மறைகின்றன. செய்திகள் மறைந்தவுடன் அரசு நடவடிக்கைகள் மங்கிவிடுகின்றன.

கும்பகோணம் பள்ளிக் குழந்தைகள் எரிந்து சாம்பலானபோதும், தாம்பரத்தில் பள்ளிவாகனத்தின் ஓட்டை விழுந்து ஒரு குழந்தை மரணித்தபோதும், சுங்குவார் சத்திரத்தில் ஒரு பிரமுகரின் கட்டிடம் இடிந்து விழுந்து பலர் உயிரிழந்த போதும் இதே போன்று பேச்சுகளும், அறிக்கைகளும், அதிரடி நடிவடிக்கைகளும் சில நாட்கள் ஆரவாரமாக இருந்தது; பிறகு அமிழ்ந்து போய்விட்டது.

பல சம்பவங்களை தனி நபர் தவறுகளாகவும், தற்செயல் விபத்துகளாகவும், இறுதியில் தலைவிதியாகவும் சித்தரித்து மறக்கடித்து விடுகிறார்கள்.

சென்னையிலும், சென்னையை சுற்றிலும் வானுயுரக் கட்டிடங்கள் எண்ணிலடங்காதவையாக எழுந்து கொண்டே இருக்கின்றன. வீடுகள் எண்ணிக்கை, இட வசதி, பாதுகாப்பு, விதி முறைகள் கடைபிடித்தல் ஆகியவற்றை கடந்து குறைந்த முதலீட்டில் அதிக லாபம் என்பதே பிரதான நோக்கமாக மாறிவிட்டது. எனவே அதற்காக அனைத்து விதிகளையும் மீறுவது வாடிக்கையாகிவிட்டது.

விதிமீறல்கள் பற்றி ஆய்வு செய்திட, 1997ம் ஆண்டு மாநில அரசு, ஒரு குழுவை அமைத்தது. அக்குழு சென்னை பெருநகர வளர்ச்சிக்கு திட்ட அறிக்கை அளித்தது. சிஎம்டிஏ பகுதியில் மொத்த கட்டிடத்தில் 50 சதவீதம் வரையில் மேம்பாட்டுக் கட்டுப்பாடு விதிகளை மீறிக் கட்டப்பட்டுள்ளதாகத் தெரிவிக்கப்பட்டிருந்தது. இக்கட்டிடங்களுக்கு அபராதம் விதித்து அனுமதி கொடுப்பது என்று முடிவு செய்தனர்.

தற்போது மாநகராட்சிகள் மற்றும் தமிழ்நாடு குடிசை மாற்று வாரியம் ஒரு லட்சம் வரை கட்டிடங்கள் விதி மீறி

கட்டப்பட்டுள்ளதாக பதிவு செய்துள்ளனர். மிகவும் குறைவான கட்டிடங்கள் மட்டுமே பதிவு செய்யப்படுகின்றன. இந்த ஆண்டு சென்னை மாநகராட்சி 15 மன்றத்தில் 360 கட்டிடங்களுக்கு இடிப்பு ஆணை வழங்கியுள்ளது. ஆனால் எந்தக் கட்டிடமும் இடிக்கப்பட்டதாக தகவல் எதுவும் இல்லை.

இது போன்ற மரணங்கள் நடக்கின்ற போது சட்டங்கள் பற்றியும், விதிமுறைகள் பற்றியும் சத்தமாகப் பேசுவதும் அறிக்கைவிடுவதும் எப்போதும் நடக்கிறது.

இந்தியாவில் கட்டிட இடிபாடுகள் அதிகம் நிகழ்வது உத்தர பிரதேசம், அதற்கடுத்து தமிழகம் என்று அரசின் ஆய்வுகள் தெரிவிக்கிறது. 2012ல் சென்னையில் 20 கட்டிடங்கள் இடிந்துள்ளன. ஆனால், தேசிய குற்றத்துறை ஆணையத்தில் அதிகாரப்பபூர்வமாக, தமிழக அரசு சார்பில் ஒன்று மட்டுமே பதியப்பட்டுள்ளது.

சென்னை உயர் நீதிமன்றம் விதிமுறைகள் மீறிய கட்டிடங்களுக்கு மேற்பார்வைக் குழுவை நியமித்தது. இக்குழு சிஎம்டிஏ அதிகாரிகள் ஒத்துழைப்பு இல்லை என்று தெரிவித்துள்ளது. விதிமுறை மீறலை நிறுத்து என்று வழங்கப்படும் ஆணை, வேலை செய்ய மறுக்கிறது என்று வேதனைப்பட்டுள்ளது.

கொக்கு தலையில் வெண்ணெய் வைத்துப் பிடிப்பதாக, சென்னை மாநகராட்சியின் முயற்சிகள் உள்ளன. அனுமதி பெற்ற அளவையாளரின் எண்ணிக்கை உயர்ந்து, ஹைதராபாத் மாநகராட்சி நகலை பெற்று அதை பரிசீலிப்போம் என்று தெரிவிப்பது, விதிமுறைகள் படி கட்டுவோருக்கு ஊக்கத்தை வழங்குவது என்ற முயற்சிகள் பலனளிக்காது. விதிகளை மதித்து, கட்டுவது விதிவிலக்காகவும், விதியை மீறி கட்டுவது விதியாகவும் மாறிவிட்டது. எனவே, மாநகராட்சி மற்றும் சிஎம்டிஏவிற்கு விதிமீறிய கட்டிடங்களை கட்டியவர்கள் மீது சட்டப்படி நடவடிக்கை எடுக்க அதிகாரம் உள்ளது. ஆனால், அதை தடுக்கும் கைகள் எவை என்பதுதான் கேள்வி.

ஆளும் அரசியல்வாதிகள், உயரதிகாரிகள் செல்வாக்குச் செலுத்துகின்றனர். உயரதிகாரிகளும், ஆளும் அரசியல் சக்திகளும் கமிஷன் அடிப்பதற்காகவே திட்டங்கள் என்று வருகிற போது

விதிமீறல்கள் விதியாகி விடுகின்றன என்று நேர்மையான பல அதிகாரிகள் புலம்புகின்றனர்.

சென்னையில் உலகத்தரத்தில் சாலை... உலகத்தரத்தில் நடைபாதை... சென்னையையே உலகத்தரத்தில் மாற்றுவது என பேசுவதும், சென்னை சிங்கப்பூராக்குவேன் என்பதும் ஏமாற்று வேலைகளே. மக்களின் உயிர் மீது அக்கறை கொண்ட விதிகளை அமலாக்கிட அரசு உறுதிபூண்டால் மட்டுமே மாற்றம் நடக்கும். அந்த மாற்றம் நிகழுமா? மௌலிவாக்கத்தில் அனுமதி கொடுத்த துறையை, அதன் அதிகாரிகளை, ஆளும் அரசியல் சக்திகளைக் காப்பாற்ற அறிக்கை தயாரிக்காமல், இறந்த குடும்பங்களின் மரண ஓலங்களை மனதில் கொண்டு நடவடிக்கை தொடருமா?

■

www.ingramcontent.com/pod-product-compliance
Lightning Source LLC
LaVergne TN
LVHW060143051026
849517LV00007B/2551
* 9 7 8 9 3 9 5 7 7 6 7 8 3 *